కోకిల-గులాబీ

(ప్రపంచ ప్రసిద్ధ కథకుల అనువాద కథల సంకలనం)

అనుసృజన

రంగనాథ రామచంద్రరావు

 నవచేతన పబ్లిషింగ్ హౌస్

KOKILA GULABI

- *Ranganatha Ramachandra Rao*

ప్రచురణ నెం. : 354/33

ప్రతులు : 500

ప్రథమ ముద్రణ : జూన్, 2019

© రచయిత

వెల: ₹ 85/-

ముఖచిత్రం : చిదంబరం

కవర్ డిజైన్ : లేపాక్షి

ప్రతులకు:

నవచేతన పబ్లిషింగ్ హౌస్
గిరిప్రసాద్ భవన్, బండ్లగూడ(నాగోల్), జి.యస్.ఐ పోస్టు
హైదరాబాద్-500068. తెలంగాణ.
ఫోన్-అకౌంట్స్: 040-29884453
ఫోన్-గోడౌన్: 040-29884454
E-mail: navachethanaph@gmail.com

నవచేతన బుక్ హౌస్
బ్యాంక్ స్ట్రీట్ (అబిడ్స్), కూకట్‌పల్లి, కొండాపూర్,
హిమాయత్‌నగర్, బండ్లగూడ(నాగోల్)- హైదరాబాద్.
హన్మకొండ, ఖమ్మం.

ముద్రణ: **నవచేతన ప్రింటింగ్ ప్రెస్,** హైదరాబాద్- 68.

కృతజ్ఞతలు...

నా పదేళ్ళ వయస్సులోనే సాహిత్యం పట్ల ఆసక్తిని, ప్రేమను కలిగించిన మా పాఠశాల గ్రంథాలయానికి, మా ఊరి గ్రంథాలయానికి ముందుగా కృతజ్ఞతలు చెప్పుకుంటూ-

కాలేజిలో మా ఇంగ్లీషు లెక్చరర్ శ్రీ వడ్లమూడి చంద్రమౌళిగారు 'హామ్లెట్' నాటకం బోధిస్తూ మధ్యమధ్యన ప్రసిద్ధ ఆంగ్ల కథా రచయితలు, నవలా రచయితల గురించి వారి రచనల గురించి చెబుతూ ఆంగ్ల సాహిత్యం పట్ల నాలో ఆరాధనను కలిగించారు. ఆస్కర్ వైల్డ్, సోమర్‌సెట్ మామ్, ఓ.హెన్రీ, ఎడ్గార్ ఎలెన్ పో, సకి, జేన్ ఆస్టిన్ ఇలా ఎందరి రచనలో...అప్పుడు మొదలైన ప్రయాణం ఇప్పటివరకూ సాగుతూనే ఉంది.

అదే కాలేజిలోని మరొక లెక్చరర్, ప్రముఖ హిందీ రచయిత శ్రీ అనంత్ కమల్‌నాథ్ పంకజ్‌గారితో నా పరిచయం ఈ రోజు మీ ముందు నన్నొక అనువాదకుడిగా నిలబెట్టింది.

ఇక పత్రికా రంగంలో నన్ను ఒక అనువాదకుడిగా తీర్చిదిద్దిన ఘనత ఆనాటి విపుల సంపాదకులు శ్రీ చలసాని ప్రసాదరావుగారు, ప్రస్తుత విపుల సంపాదకులు, శ్రీ చంద్రప్రతాప్‌గారు, నవ్య సంపాదకులు శ్రీజగన్నాథశర్మగార్ల ప్రోత్సహమే కారణం. వారందరికి కృతజ్ఞతలు.

నేను చదివిన, నన్ను అమితంగా ఆకట్టుకున్న, కదిలించిన, ఆలోచింపజేసిన కథలను తెలుగు పాఠకులకు అందించాలనే అనేక కథలు అనువదించాను. అందులో కొన్ని కథలను సంకలనంగా తెస్తున్నాను. ఈ సంకలనంలోని కథలను ప్రచురించిన విపుల మాసపత్రిక, సాక్షి దినపత్రిక సంపాదకులకు హృదయపూర్వకంగా కృతజ్ఞతలు!

కవర్ వెనుక పేజీ కోసం అద్భుతమైన అభిప్రాయాన్ని అందించిన శ్రీనున్నా నరేష్‌గారికి కృతజ్ఞతలు. ఈ కథల సంకలనానికి చక్కటి ముఖచిత్రం గీసిన చిదంబరంగారికి, చక్కగా కవర్ డిజైన్ చేసిన లేపాక్షిగారికి కృతజ్ఞతలు. మిత్రులు కంభంపాటి సాయిబాబాశర్మగారికి కృతజ్ఞతలు!

నా ఈ ప్రయత్నాన్ని తెలియజేసినపుడు, నవచేతన పబ్లిషింగ్ హౌస్ జనరల్ మేనేజర్ శ్రీ మధుకర్‌గారు ఎప్పటిలాగే ఇప్పుడు ప్రోత్సహించి వెన్నుతట్టారు. వారికి కృతజ్ఞతలు. ఈ కథా సంకలనాన్ని ప్రచురిస్తున్న **'నవచేతన పబ్లిషింగ్ హౌస్'** వారికి హృదయపూర్వకంగా కృతజ్ఞతలు.

- రంగనాథ రామచంద్రరావు

విషయసూచిక

1. కోకిల–గులాబీ 5

2. టెలిపతి 13

3. ఓ నీగ్రో కథ 17

4. చిత్రహింస 22

5. కల్పనా జీవితం 32

6. అమ్మ 39

7. అసూయ 42

8. గుండె చప్పుడు 47

9. జీవజలం 55

10. ప్రేమ ప్రహేళిక 62

11. హుతాత్ముల దారి 73

12. పాశం 79

13. ఓ గొప్ప ఏడ్పు కథ 83

14. అంతరం 87

15. వాళ్ళు మాకు భూమి ఇచ్చారు 90

16. కోతి మనసు 95

ఆంగ్ల కథ : ఆస్కర్ వైల్డ్

కోకిల-గులాబి

నేను ఎర్ర గులాబీని ఇస్తేనే నృత్య కూటమిలో నాతో కలసి నర్తిస్తానని ఆ అమ్మాయి చెప్పింది. అయితే... అయ్యో నా ఈ తోటంతట్లో ఒక్క గులాబీయైనా లేదే?"అని ఆ తరుణ విద్యార్థి కంటతడి పెట్టాడు.

పచ్చని చెట్టు కొమ్మల్లో కూర్చొనున్న కోకిల ఆ తరుణ విద్యార్థి మాటలు విని తన చిన్నారి ముక్కుతో పచ్చని ఆకులను పక్కకు జరిపి మోరసాచి చూచింది. 'నా తోట మొత్తంలో ఒక్కటంటే ఒక్క గులాబీ లేదు కదా! అయ్యో ! సంతోషం అనేది ఎంతటి అల్ప వస్తువుల్ని అనుసరించి ఉంటుంది. నేను మేధావుల అభిప్రాయాలను చదువుకున్నాను. తత్త్వ జ్ఞానపు తత్త్వాలను తెలుసుకున్నాను. అయినా ఒకే ఒక ఎర్ర గులాబీ కోసం నా జీవితమే ఒక శోకగీతంగా మారింది కదా? నా ఎద గూడు బాధకు విడిది అయింది కదా!' అని వెలిగే కళ్ళల్లో కన్నీటివాగు నింపుకున్న విద్యార్థి అనుకున్నాడు.

'నిజమైన ప్రేమికుడు ఇక్కడున్నాడు' సంతోషంతో కోకిల అనుకుంది.

'ఇతడి పరిచయం నాకు లేకపోయినా ఇలాంటి నిజమైన ప్రేమికుల గూర్చే నేను అనంత రాత్రులూ గానం చేస్తూ ఉన్నాను. ఇలాంటి నిర్మల ప్రేమికుల గురించే నేను నిరంతరంగా లెక్కలేనన్నీ రాత్రిళ్ళు నక్షత్రాలకు కథలు చెబుతూ ఉన్నాను. ఇప్పుడు నేను ఓ నిజమైన ప్రేమికుణ్ణి చూస్తున్నాను. అతని జుత్తు తుమ్మెద నలుపు. అతడి పెదవి అతని హృదయాంతరాళంలో విరిసిన ఆశల గులాబీలంత ఎరుపు. అతని అనురాగం వల్ల అతడి ముఖం ఏనుగు దంతంలా వెలుగుతోంది. దుఃఖం అతని కనుబొమలపై తన ముద్రను గట్టిగా వొత్తింది'.

'యువరాజు రేపు రాత్రి నృత్య సమారంభాన్ని ఏర్పాటు చేశాడు' తరుణ విద్యార్థి తనలో తాను గొణిగాడు. 'నా ప్రేయసి అక్కడ తనవితీరా నాట్యం చేస్తుంది. ఎర్రగులాబీ ఇస్తే ఆమె నన్ను తన బాహువుల్లో బంధిస్తుంది. నా భుజాలపై తల వాల్చుతుంది. నన్ను లతలా పెనవేసుకుంటుంది. నా పక్కన మెరుపులా మెరుస్తుంది. నా కళ్ళల్లో తటిల్లతలా వెలుగుతుంది. తెల్లవారేదాకా నాతోనే నర్తిస్తుంది. అయితే... అయ్యో ! నా తోటలో ఒక్క కెంపు గులాబీయైనా లేదే. నేనెంత దురదృష్టవంతుణ్ణి. పిల్ల తెమ్మరలా నా చుట్టూ తిరిగే ఆమె - ఎర్రగులాబీ లేని నన్ను కన్నెత్తయినా చూడదు. ఎర్రగులాబీ ఇవ్వలేని నేను

ఆమెకు తిరస్కృతుణ్ణి.

"నిజంగానే ఇతడొక ప్రామాణిక ప్రేమికుడు. అతడి పాట్లు నా పాటలు. అతడి కలతలు నా కవనాలు. అతని బాధలు నా గాధలు. ఖచ్చితంగా ప్రేమ ఒక విచిత్రమైన వస్తువు. పచ్చలు, మాణిక్యాల కంటే అది అమూల్యమైంది. వజ్ర వైఢూర్యాల కంటే అమోఘమైంది. ముత్యాలూ, రత్నాలూ ప్రేమను కొనలేవు. ఏ త్రాసూ దాన్ని తూచలేదు. ఎంతటి కుబేరుడి సంపద కూడా దానికి సరిగాదు'–అని అనుకుంది కోకిల.

'నృత్య సమావేశపు సుందర మంటపంలో సంగీతకారులు తమ తంత్రీ వాయిద్యాలతో సంగీత సుధను స్రవింపజేస్తారు. సంగీత మాధుర్యపు సంతోషపు మత్తుతో నా ప్రేయసి పక్షి రెక్కల కన్నా తేలికగా నర్తిస్తుంది. హర్షాతిరేకంతో ఆమె పాదాలు నేలను స్పర్శించవు. సంభ్రమంలో మునిగిన వారందరూ ఆమె చుట్టూ చేరుతారు. కానీ నేను? ఆమెకు ఎర్రగులాబీ ఇవ్వలేను. ఆమెతో నర్తించే అదృష్టాన్ని పొందలేను'– ఇలా ఆలోచిస్తూ పచ్చిక పాన్పుపై వాలిన ఆ తరుణ విద్యార్థి రెండు చేతుల్లో ముఖం దాచుకుని చిన్నపిల్లవాడిలా వెక్కి వెక్కి ఏడ్వసాగాడు.

గాలిలో తన తోకను ఊగిస్తూ పరుగెత్తుకుంటూ వచ్చిన ఉడుత –"అరే ! ఇతనెందుకు ఏడుస్తున్నాడు?"అని అడిగింది.

"అరెరే ! అవును కదా" అని రంగురంగుల సీతాకోక చిలుక వగలుబోతూ అంది.

"అవునవును, నిజమే" పక్కకు వాలిన పూవొకటి గుసగుసగా అంది.

"అతను ఒక ఎర్ర గులాబీ కోసం ఏడుస్తున్నాడు" కోకిల మెల్లగా చెప్పింది.

"ఎర్రగులాబీ కోసమా?! ఒక్క ఎర్ర గులాబీ కోసం ఏడ్వటమా? అయ్యో ! ఇతనొక మూర్ఖుడిలా ఉన్నాడే"చపల స్వభావపు చిన్నారి ఉడుత గట్టిగా నవ్వి అంది.

కాని కోకిల మాత్రం ఆ తరుణ విద్యార్థి దుఃఖపు తీవ్రతను గ్రహించింది. అతని హృదయంలోని ప్రేమజ్వాలా వేడిని అర్థం చేసుకుంది. ప్రేమకున్న అద్భుత శక్తిని గురించి ఆలోచిస్తూ ఆ కోకిల చాలా సేపటి వరకు చెట్టు మీద మౌనంగా కూర్చునే ఉంది

కొద్ది సేపటి తరువాత కోకిల రెక్కలు విప్పింది. ఎగరటానికి సిద్ధమయ్యింది.

మరుక్షణం గాలిలో తేలసాగింది.

పచ్చగట్టి మైదానం వేపు సాగిన కోకిల అక్కడొక అందమైన గులాబీ మొక్కను చూసింది.

గులాబీ మొక్క కొమ్మపై వాలి–"నాకొక ఎర్రగులాబీ ఇవ్వు. నీ కోసం ఒక కమ్మనైన పాట పాడుతాను"అంది.

అయితే గులాబీ మొక్క తల అడ్డంగా ఊపి–"నా దగ్గర తెల్ల గులాబీలే ఉన్నాయి.

నా తెల్ల గులాబీలు సముద్రపు నురుగంత తెల్లగా ఉంటాయి. పర్వతపు పైని హిమరాశుల కన్నా ఎక్కువ తెల్లగా ఉంటాయి. అక్కడ దూరంలో సూర్యుడి ముఖ మండలపు కింది భాగంలో పెరిగిన నా సోదరుని దగ్గరికి వెళ్ళి అడిగితే నీకు ఎర్రగులాబీ దొరకవచ్చు"అంది.

ఆ గులాబీ మొక్క వేపు కోకిల సాగింది. ఆ మొక్క కనిపించగానే దాని కొమ్మ మీద కూర్చుని అడిగింది–

"నాకొక ఎర్రగులాబీ ఇస్తావా? నీ కోసం నేనొక కమ్మనైన పాట పాడుతాను".

అయితే గులాబీ చెట్టు తల అడ్డంగా ఊపి అంది–"నా దగ్గర పచ్చగులాబీలు ఉన్నాయి. నా గులాబీలు శిలారాళపు సింహాసనంపై సాలంకృతమైన జలకన్య కేశరాశియంత పచ్చనివి. అరుణోదయం కన్నా ముందే విచ్చిన పువ్వుల కన్నా ఎక్కువ పచ్చగా ఉన్నాయి. అదిగో–ఆ విద్యార్థి గది కిటికీ కింద పెరిగి నుంచున్న నా సోదరుని దగ్గరకు వెళితే నీకు ఎర్రగులాబీ దొరుకుతుందేమో".

కోకిల వెంటనే ఆ మొక్క వేపు ఎగిరింది. మొక్కను చేరగానే తన కోమలమైన స్వరంతో –"దయచేసి నాకొక ఎర్రగులాబీ ఇవ్వు. నీ కోసం నేనొక తీయని పాట పాడుతాను"అని అర్థించింది.

గులాబీ అడ్డంగా తలాడించి–""నా గుండె లోతుల్లో ఎర్రగులాబీలు ఉన్నాయి. నా గులాబీలు పావురపు పాదాల్లా ఎర్రగా ఉంటాయి. సాగరపు గుహల్లో వీచే పగడపు విసనకర్రల కంటే ఎర్రగా ఉంటాయి. అయితే కొరికే చలి నా రక్తపు నాళాలను గడ్డ కట్టించింది. కురిసిన మంచు నా మొగ్గలను రాల్చింది. వీచిన సుడిగాలి నా కొమ్మలను విరిచేసింది. అందువల్ల ఈ సంవత్సరమంతా నా ఎదలో ఒక్క ఎర్రగులాబీ కూడా పూయలేదు" "ఒక్క గులాబీ చాలు ! ఒక్కటంటే ఒక్కటే. నాకు కావాల్సింది ఒకే ఒక ఎర్రగులాబీ. ఎలాగైనా ఒక్క ఎర్రగులాబీని ఇవ్వవా?"–తీవ్రమైన ఆందోళనతో, ఆత్రుతతో కోకిల అడిగింది. గులాబీ మొక్క ఒక్క క్షణం ఆలోచనలో పడింది. తరువాత ఇలా అంది–"ఒక్క దారి ఉంది. కానీ అది ఎంతటి కఠినమైనదంటే చెప్పటానికీ నాకు భయం వేస్తోంది"

"భయమెందుకు? నాకంటూ భయం లేదు. చెప్పు. సంకోచించకు" ఉత్సాహంతో కోకిల అడిగింది.

"నీకు ఎర్రగులాబీ కావల్సిస్తే ఈ పున్నమి చంద్రుని వెన్నెల్లో నా ముల్లుకు నీ ఎదను గుచ్చి రాత్రంతా గానం చేయాలి. రాత్రంతా పాడుతూనే ఉండాలి. ముల్లు నీ ఎదలోకి దూసుకెళ్ళాలి. నీ హృదయాన్ని తాకాలి. అప్పుడు నీ కోమలమైన హృదయపు పొర చిరిగి ఎర్రటి రక్తం కారి నా అంగంగాలలోని రక్త నాడుల్లో ప్రవహించి అది నా రక్తంగా మారాలి. అప్పుడే నా హృదయంపై ఎర్రగులాబీని నీవు పొందగలవు సుమా

!"అని గులాబీ మొక్క చెప్పింది.

'ఓహ్ ! ఒక్క ఎర్రగులాబీ కోసం ఫణంగా పెట్టాల్సిన ప్రాణం ఖండితంగా చాలా ప్రియం. ప్రాణం అందరికీ ప్రియమైంది. పచ్చని తోటలో కూర్చుని, నీలాకాశపు పూర్వపుటంచు నుంచి బంగారు రథాన్ని ఎక్కి వచ్చే బాలసూర్యుణ్ణి చూడటం ఎంత హితకరం. ముత్యాల రథమెక్కి వచ్చే చంద్రుడ్ని చూస్తూ కూర్చోవటం ఎంతటి ఆహ్లాదకర అనుభవం. చక్కటి పువ్వుల సువాసన అఘ్రానించటం మధురాతి మధురం. కొలను చుట్టూ విచ్చి నుంచున్న పూల దృశ్యం బలు సుందరం. అయినా ప్రేమ ప్రాణం కంటే మిన్న! అంతేకాక మనిషి హృదయపు ఔన్యత్యం పక్షి హృదయానికి వస్తుందా?' కోకిల అనుకుంది.

సూర్యకిరణాలకు కమలిన తన రెక్కల్ని విప్పార్చిన కోకిల ఎగరటానికి సిద్ధమయ్యింది. ఆ చిట్టి పక్షి దృష్టి చుక్కలా గాలిలో తేలింది. తిరిగి విద్యార్థి ఉన్న చోటికే చేరింది.

విద్యార్థి ఇంకా పచ్చిక మీద పడుకునే ఉన్నాడు. అతని అందమైన కళ్ళల్లో కన్నీటి తడి ఇంకా ఆరలేదు.

కోకిల అంది-" మిత్రమా ! దుఃఖించకు. నీకొక సంతోషకరమైన వార్త. నీకు తప్పకుండా ఎర్రగులాబీ దొరుకుతుంది. పున్నమి చంద్రుని చల్లని వెన్నెల్లో నా తీయని పాటతో గులాబీ పువ్వును వికసింపజేస్తాను. నా హృదయపు రక్తంతో దాన్ని ఎర్రబరుస్తాను. నా ప్రాణాన్నే అర్పించి నీ కోసం ఎర్ర గులాబీని పూయిస్తాను. దీనికి ప్రతిఫలంగా నేను నీ నుంచి కోరేది ఏమిటో తెలుసా? మిత్రమా, దయచేసి నీ కొన ఊపిరిదాకా నీవు నిజమైన ప్రేమికుడిలానే మిగిలిపోవాలి. బ్రతుకు పొడవునా నీవు ప్రామాణికమైన ప్రేమికుడిగా నిలిచిపోవాలన్నదే నా ఆశ. ఆకాంక్ష. కోరిక. తహతహ. నీవొక నిజమైన ప్రేమికుడవై ఎదిగితే చాలు. ఎందుకంటే ప్రేమ జ్ఞానపూర్వకమైన తత్త్వజ్ఞానం కంటే అధిక జ్ఞానశీలమైంది. ప్రేమ బలిష్ఠమైన శక్తి కంటే అత్యధిక శక్తిశాలి. ప్రేమ కంటే గొప్ప జ్ఞానం లేదు. ప్రేమ కన్నా గొప్ప శక్తి లేదు. ప్రేమ రెక్కలకు మంటల ఎరుపు, ప్రేమ పెదవులకు తేనె తీపి, ప్రేమ ఊపిరికి వేల పూల సువాసనలు ఉంటాయి."

పచ్చిక మీద పడుకుని ఉన్న విద్యార్థి తలెత్తి పైకి చూశాడు. కోకిల పలుకులు విన్నాడు. కానీ నిర్జీవ పుస్తక భాషనే అర్థం చేసుకోగలిగే ఆ విద్యార్థి కోకిల భాషను అర్థం చేసుకోలేక పోయాడు.

అయితే ఓక్ చెట్టు కోకిల భాషను అర్థం చేసుకుంది. దానికి దుఃఖం పొంగుకు వచ్చింది. ఎందుకంటే ఆ చెట్టుకు కోకిల అంటే మరో ప్రాణం. దాని ఒడిలోనే ఆ కోకిల గూడు కట్టుకునుంది. ఆ చెట్టు గుండెలు పగిలేలా ఏడ్చింది. కొద్దిసేపటి తరువాత దుః

ఖంతో కృంగిన చెట్టు తగ్గు స్వరంతో ప్రాధేయపడింది-

"ఓ కోకిలా ! నా కోసం ఓ చివరి పాటను పాడు. నీవు వెళ్ళిన తరువాత నేను అనాథను. ప్రేమించినవారిని పోగొట్టుకున్న పరదేశిని. దిక్కు మొక్కు లేని దీనురాలిని".

కోకిల మనసు కరిగింది.

అందువల్ల ఆ చెట్టు కోసం కోకిల పాట పాడసాగింది.

వెండి కూజాలోంచి జలజలమని జాలువారే నీటి కలరవంలా ఇంపుగా సాగింది కోయిల కంఠ మాధుర్యం.

కోయిల పాడటం ముగించింది. విద్యార్థి మెల్లగా లేచాడు.

'ఈ కోకిలకు తనదే అయిన రూపం ఉంది. కానీ దానికి భావాలున్నాయా? ఉండటం అసాధ్యం. అనేక మంది కళాకారుల్లానే ఈ కోకిల కూడా. కోకిలలో కేవలం మాధుర్యం ఉంది. సహృదయత లేదు. కళ ఉంది. కాని అది స్వార్థ పూరితమైంది. దానికి దాని పట్లనే ఎక్కువ ఆలోచన. దాని ఆలోచన కేవలం పాడటం పట్లనే. కళలు స్వార్థపూరితాలు. కళాకారులు స్వార్థపరులు అని అందరికి తెలుసు. అయితే ఆ కంఠంలో కొన్ని అందమైన, మధురమైన పాటలు ఉండటాన్ని ఒప్పుకోవలసిందే. కానీ ఆ పాటలు అర్థంకాని, నిరర్థకమైన, నిరుయోగమైన పాటలు అనేది ఎంతటి దయనీయమైన స్థితి!'అని తనలో తానేఅనుకుంటూ తన ప్రేయసి గూర్చి ఆలోచిస్తూ విద్యార్థి తన గదికి వెళ్ళాడు.

పక్క మీద వాలాడు. నిద్రలోకి జారాడు.

రాత్రి సమయం.

పున్నమి చంద్రుడు పాల వెన్నెల జలపాతాన్ని భూమి మీదికి వొంపుతున్నాడు.

కోకిల గులాబీ మొక్క వేపు ఎగిరింది.

కొమ్మ మీద కవాలింది.

ముల్లుకు తన చిన్ని ఎదను వొత్తింది.

క్రూరమైన ముల్లుకు ఎదను గుచ్చి పాడసాగింది.

పాట మాధుర్యానికి మరులుగొన్న స్ఫటికంలాంటి శుభ్రమైన చంద్రుడు నేల వేపు వాలాడు. కోకిల పాట వినసాగాడు.

యవ్వనంలో ఉన్న యువతీ యువకుల హృదయంలోని ప్రేమ పిచ్చిని కోకిల మొదట పాడింది. పాడినట్టల్లా గులాబీ మొక్క కొమ్మ చిట్ట చివరలో అద్భుతమైన గులాబీ పూయసాగింది. ఒక్కొక్క పాటకు ఒక్కొక్క రేకు దళం రూపుదిద్దుకోసాగింది. నది శిరస్సు మీద ఊగిసలాడే మంచు మంచంలా, వేకువ పాదంలా. రాత్రి నిస్తేజమైన వెండి రెక్కల రంగును మొదట్లో ఆ గులాబీ పోలి ఉంది. రత్నాల అద్దంలోని నీడలా. స్వచ్ఛమైన సరస్సు పైని వెలుగులా గులాబీ మొగ్గ రేకులు విప్పుకోసాగింది.

అయితే ఎదను ముల్లుకు మరింత గట్టిగా వొత్తుకోమని కోకిలకు గులాబీ మొక్క అభ్యర్థించింది. "ఓ చిట్టి కోకిలా! నీ ఎదను ముల్లుకు మరింత శక్తితో బలంగా వొత్తుకో. అలా చేయకుంటే ఎర్రగులాబీ వొళ్ళు విప్పుకోకముందే తెల్లవారేను"అంది.

కోకిల తన ఎదను ముల్లుకు మరింత బలంగా అదిమింది. గొంతెత్తి గట్టిగా పాడసాగింది.

యువతీ యువకుల హృదయాల్లోని ప్రేమానురాగాలను గురించి కోయిల గానం చేయసాగింది.

పెళ్ళిపీటల మీద నూత్న స్వప్నాలను అల్లుకుంటూ కూర్చున్న కన్య పెదవులను చుంభించినపుడు ఎరుపెక్కే వరుడి చెంపల కుంకుమవర్ణాన్ని పోలిన కోమలమైన లేతఎరుపు ఛాయ విరిసిన గులాబీపూల రేకుల్లో ప్రవహించసాగింది. అయితే అప్పటికింకా ముల్లు కోకిల హృదయాన్ని తాకలేదు. ఆ కారణంగా గులాబీపువ్వు హృదయం మాత్రం ఇంకా తెల్లగానే మిగిలింది. కోకిల హృదయం నుంచి ప్రవహించే రక్తం మాత్రమే గులాబీని ఎర్రగా మార్చగలదు.

ముల్లుకు ఎదకు మరింత గాఢంగా వొత్తుకొమ్మని గులాబీమొక్క మళ్ళీ కోకిలను వొత్తిడిపెడుతూ–"ఓ చిన్నారి కోకిలా! నా వొంటి మీది ముల్లు నీ హృదయాన్ని స్పర్శించేలా ఇంకా బలంగా హత్తుకో. లేకపోతే ఎర్రదనాన్ని సంతరించుకోక ముందే పొద్దు పొడిచేను"అంది.

కోకిల తన ఎదను తన పూర్తి శక్తినంతా కూడగట్టుకుని ముల్లుకేసి వొత్తింది. ముల్లు కోకిల హృదయంలో గుచ్చుకుంది. బాధాశరాలు చిన్నికోకిల నరనరాల్లో దూరాయి. నొప్పి క్రూరంగా ఉంది. పాట తీవ్రం కాసాగింది.

బలిదానం వల్ల పరిపూర్ణమయ్యే అమర ప్రేమను గురించి కోకిల గానం చేయసాగింది.

ఆద్భుతమైన ఆ గులాబీ ఎర్రటి ఎరుపును పొందింది.

పూర్వదిగంతపు తొలిప్రొద్దు రక్తరంజితమైన ఎరుపును సంతరించుకున్నట్టు ఎర్రగులాబీ కళకళలాడింది.

అయితే కోకిల ధ్వని క్షీణించసాగింది.

దాని చిన్నారి రెక్కలు పటపటమని కొట్టుకోసాగాయి.

దాని కళ్ళల్లో చీకటి కమ్ముకోసాగింది.

పాట మెల్లమెల్లగా క్షీణించసాగింది.

కంఠంలో ఊపిరి కట్టివేసినట్టయ్యింది.

చివరి పాటను కోయిల పాడింది.

హిమపు వర్తులంలా వెండి చంద్రుడు ఆ పాట విని తెల్లవారటాన్నే మరిచి ఆకాశంలో తచ్చాడసాగాడు. ఎర్రగులాబీ ఆ పాట విని ఆనందాతిశయంలో ఓలలాడసాగింది. తొలి సంజె చల్లని గాలికి తన పూర్ణ దళాలను సంపూర్ణంగా వికసింపజేసింది. కొండకోనల్లో ఆ పాట ప్రతిధ్వనించింది. సుందర స్వప్నాల సంభ్రమంలో మునకలు వేస్తున్న గొల్లలను తట్టి లేపింది.

"అదిగో . . . అదిగో . . .అటు చూడు ! ఎర్రగులాబీ నయనానందకరంగా మెరిసిపోతోంది. ఒడిలోని బిడ్డ పగడపు పెదవుల చిరునవ్వు వల్ల పులకించిన తల్లిలా గులాబీ మొక్క ఉత్సాహంగా కేకేసింది.

అయితే కోకిల జవాబివ్వలేదు. ఎందుకంటే విశాలమైన మృదువైన పచ్చిక మెత్తని పాన్పుపై కోమల హృదయంలో గుచ్చుకున్న ముల్లుతో చిన్నారి కోకిల చిరనిద్రలోకి జారింది. ప్రశాంతగా ప్రవ్వళించింది.

మధ్యాహ్న సమయంలో విద్యార్థి కిటికీ తెరిచాడు. బయటికి తొంగి చూశాడు. "ఓహ్ ! ఎంత అదృష్టం ! ! ఇదిగో, ఇక్కడే ఒక ఎర్ర గులాబీ ఉంది. నా జీవితంలో ఎన్నడూ ఇంతటి అద్భుతమైన ఎర్ర గులాబీని నేను చూడలేదు" అని అనుకుంటూ గదిలోంచి ఒక్క దూకుతో బయటికి వచ్చాడు.

వేళ్ళ కొసలతో మృదువుగా ఆ ఎర్ర గులాబీని తెంచాడు. తన ప్రేయసి ఇంటి వేపు పరుగు తీశాడు.

బంగారు రంగు వేళ్ళతో నీలి పట్టుదారాలను చుట్టుతూ ఆ అమ్మాయి తలుపుల దగ్గర కూర్చోనుంది. ఆమె కాళ్ళ దగ్గర ఆమె పెంచుకుంటున్న చిన్నారి కుక్క పడుకుని ఉంది.

"ఎర్ర గులాబీ ఇస్తే నాతో నర్తిస్తానని నీవు చెప్పావు. ఇదిగో. ప్రపంచమే ఎన్నడూ చూడని ఎర్రటి గులాబీని నీ కోసం తెచ్చాను. ఈ రాత్రి దీన్ని నీ గుండెల దగ్గర ఉంచుకో. మనం నర్తిస్తున్నట్టల్లా నీ పట్ల నా హృదయాంతరాళంలోని ప్రేమ లోతును, ఉన్నతాలను ఈ పువ్వు నీకు చెబుతుంది"–అని విద్యార్థి ఆ అమ్మాయితో అన్నాడు.

ఆయితే ఆ మాటలు విన్న ఆ అమ్మాయి కనుబొమలు మడిపడ్డాయి.

"ఈ ఎర్ర గులాబీ నేను ధరించే దుస్తులకు నప్పదు. పైగా యువరాజు నా కోసం వజ్రవైఢూర్యాలను, రత్నఖచిత ఆభరణాలను పంపాడు. ముత్యాలు, రత్నాలు ఈ పువ్వు కన్నా ఎక్కువ ఖరీదు చేస్తాయని అందరికీ తెలుసు"అని ఆ అమ్మాయి అంది.

ఆమె మాటలకు విద్యార్థి గుండె మండిపోయింది. కోపంతో అతడు వొణికిపోయాడు. అతడి కళ్ళు నిప్పులు కురిపించాయి.

"నీవు కృతఘ్నురాలివి!" ఆ విద్యార్థి ఆక్రోశంతో గర్జించాడు. చేతిలో ఉన్న

ఎర్రగులాబీని వీధిలోకి విసిరివేశాడు. ఆ దారి గుండా పోతున్న బండి చక్రం పువ్వు మీదుగా దొర్లింది.

"ఏమిటీ? నేను కృతఘ్నురాలినా? నీవొక మూర్ఖుడివి, మొరటువాడివి, సభ్యత లేనివాడివి, అనాగరీకుడవు. కేవలం ఒక విద్యార్థివి. నీకున్న అర్హతలేమిటి? వెండిదారాలతో అల్లిన బూట్లు ధరించే ఆ యువరాజుకున్న యోగ్యత నీకు ఉందా? ముత్యాలు, రత్నాలు పొదిగిన ఎత్తయిన సింహాసనంపై విరాజిల్లే ఆ యువరాజు యోగ్యత ముందు ఒక గులాబీ పువ్వును పట్టుకుని వచ్చిన నీ యోగ్యత ఏ పాటిది? నీ ముఖాన్ని చూడటం నా అంతస్థుకు అవమానం"- అని అంటూ ఆ అమ్మాయి ఇంటిలోనికి విసురుగా వెళ్ళిపోయింది.

'ప్రేమ ఎంత క్షుల్లక వస్తువు! లేని దాన్ని ఉన్నదన్నట్టు; కాదన్నదానిని అవునన్నట్టు; అసాధ్యాన్ని సాధ్యమన్నట్టు నమ్మించే- అవాస్తవమైన, వ్యావహారికం కాని ఈ ప్రేమ వాస్తవమైన, వ్యావహారికమైన ఈ జగత్తులో నిశ్చయంగా ఇప్పుడు చెల్లని నాణ్యమే! వ్యవహారికమే సర్వస్వమైన ఈ ప్రపంచంలో నిజమైన ప్రేమకు చోటు ఉందా?'అని అనుకుంటూ విద్యార్థి తన గదికి మరలాడు.

ఇంటికి వచ్చి ధూళి కప్పిన పుస్తకం మీది దుమ్ము దులిపి పుస్తకం తెరిచాడు.

*****

(సాక్షి ఫన్‌డే-ఆదివారం 19-06-2011)

రష్యా కథ : రోమన్. పొదల్నీ

టెలిపతి

"ఈ టెలిపతి పరికరాన్ని దురుపయోగం చెయ్యనసీ, ఈ పరికరం ద్వారా తెలిసే గుప్త విషయాల్ని స్వలాభానికీ, స్వార్థానికీ వినియోగించననీ ప్రమాణం చేస్తావా?" అని ఆ అధికారి ప్రశ్నించాడు.

సెర్గయ్ వెంటనే ప్రమాణం చేశాడు. అయితే ఆ సమయంలో ఆ అధికారి మనసు ఎక్కడో ఉంది. అడగవలసిన ప్రశ్నలను యాంత్రికంగా అడుగుతున్నాడు కానీ ఆ ప్రశ్నలకు సమాధానాలు చెబుతున్న సెర్గయ్ మనసు విపరీతంగా కలవరపడుతోంది. టెలిపతి పరికరాన్ని ఇవ్వటానికి ముందు జరిపిన అన్ని పరీక్షల్లోనూ అతను ఉత్తీర్ణుడయ్యాడు. ఆతని కోరిక న్యాయసమ్మతమేనని పరిగణింపబడింది.

అధికారి అడిగిన ప్రశ్నలన్నింటికి సెర్గయ్ సముచితంగా సమాధానమిచ్చాడు.

"ఈ పరికరాన్ని 'ఆన్' చేస్తే అరగంట వరకు పని చేస్తుంది. అందువల్ల దీన్ని ఎప్పుడు 'ఆన్' చెయ్యాలో బాగా ఆలోచించుకుని నిర్ణయించుకోవాలి, తెలిసిందా?" అని ఆ అధికారి అడిగాడు.

"తెలిసింది"

అధికారి లేచి నుంచున్నాడు.

"తాత్కాలికంగా నీకు ఈ పరికరాన్ని ఇస్తున్నాం" అంటూ టెలిపతీ అమర్చిన ఒక టోపీని సెర్గయ్ చేతికి అందించాడు.

"దీన్ని ఎలా 'ఆన్' చెయ్యాలో, ఎలా 'ఆఫ్' చెయ్యాలో గుర్తుంది కదా?"

"గుర్తుంది"

"చట్టప్రకారం నీవు మాకు రిపోర్ట్ చేస్తూ ఉండాలి, మరవకు" అని ఆ అధికారి హెచ్చరించాడు.

*****

బస్టాండ్ చేరుకున్న సెర్గయ్‌కు ఆమె కనిపించింది. ఆమెను చూడగానే అతనికి ఎక్కడ లేని సంతోషం కలిగింది. ఆరునెలల నుంచి అతను ఆమెను ప్రతీరోజూ చూస్తూనే ఉన్నాడు. అయితే ఒక్కసారి కూడా ఆమెతో మాట్లాడే ధైర్యం చేయలేదు. తను ఆకర్షణీయంగా ఉంటాడనే విషయం అతనికి తెలుసును. అయితే ఆమెకు కూడా తనకున్న

అభిప్రాయమే ఉందని ఏమిటి నమ్మకం?

ఆ రోజు ఆమె కనిపించటం తన అదృష్టం !

ఆమె ఆలోచనలను 'టెలిపతీ' పరికరం ద్వారా తెలుసుకోవడానికి ఇదే సువర్ణావకాశం అనుకున్నాడు.

అంతకో బస్సు వచ్చింది.

ఆమె బస్సెక్కింది.

సెర్గయ్ కూడా ఆమె వెనుకే బస్సెక్కాడు.

బస్సులో ఆమెకు సరిగ్గా అరఅడుగు దూరంలో నిలుచున్నాడు.

'టోపీ'కు బిగించిన 'స్విచ్'ను ఎవరూ చూడకుండా నొక్కాడు.

పరికరం వెంటనే పనిచేయడం ప్రారంభించింది.

ఆమె ఆలోచనలు 'టెలిపతి' ద్వారా సెర్గయ్‌కు స్పష్టంగా వినిపించసాగాయి.

'ఒట్టి మొద్దు ! ఎలా చూస్తున్నాడో? అందంగా ఉన్నాడు. కానీ నోటివెంట ఒక్క మాటైనా రాదు'

వెంటనే సెర్గయ్ ఆమెతో మాటలు కలిపాడు.

"చూడండి ! ఆరు నెలల నుంచి మనిద్దరం ఇదే బస్సులో ప్రయాణం చేస్తున్నామ. సహప్రయాణికులం. అలాంటప్పుడు ఒకరినొకరు పరిచయం చేసుకోవడం సమంజసమే అనుకుంటాను" అన్నాడు.

ఆమె వెంటనే, "ఆరు నెలల నుంచి మనం సహ ప్రయాణికులమా? నాకు తెలియసు" అంది.

అయితే టెలిపతి ఆమె ఆలోచనలను సెర్గయ్‌కు తెలిపింది-'అమ్మయ్య ! ఇప్పటికైనా నోరు విప్పి మాట్లాడాడు'

"అవును... ఆరు నెలల నుంచీ ఇదే బస్సులో ప్రయాణం చేస్తున్నాం. పరిచయం చేసుకొవడానికి ఆ మాత్రం కారణం చాలదా?" అన్నాడు సెర్గయ్.

"నాకు బస్సులో, బజారులో అపరిచితులతో పరిచయం చేసుకోవాల్సిన అవసరం లేదు" అందామె.

టెలిపతి ఆమె భావాలను పసికట్టింది.

'మొండిఘటంలా కనిపిస్తున్నాడు. మరీ చనువుగా మాట్లాడేస్తున్నాడు. మరి నాకు ఇలాంటి వారంటేనే ఇష్టం. కానీ అతను నా భుజం మీద చెయ్యేసి 'చూడూ, మనం ఇవాళ ఒకే స్టాపులో దిగుదాం' అంటే ఎమత బాగుణ్ణు'

సెర్గయ్ వెంటనే ఆమె భుజం మీద చెయ్యేసి, "ఈవాళ మనం వేరు వేరు స్టాపుల్లో దిగకుండా ఒకే స్టాపులో దిగుదామా?" అన్నాడు.

ఆమె వెంటనే కోపంగా, "అపరిచితులైన ఆడపిల్లలతో ఇలా ప్రవర్తించటం మీకు బాగా అలవాటులా ఉంది. భుజం మీద చేతిని తీస్తారా? లేక లాగి లెంపకాయ ఇవ్వమంటారా?" అంది.

సెర్గయ్ చప్పున ఆమె భుజం మీద వేసిన చేతిని తీసేసాడు.

టెలిపతి ఆమె అంతర్యాన్ని తెలిపింది.

'అతని చేయి భారంగా ఉన్నా ఎంతటి పులకింతనిచ్చింది! నా మనస్సుకు విరుద్ధంగా నేనెందుకిలా మాట్లాడుతున్నాను?'

సెర్గయ్ అడిగాడు, "నేను చేయి వేయటం తప్పా?"

ఆమె మాట్లాడలేదు.

అయితే టెలిపతి వెంటనే అంది, 'నీవు చేసింది తప్పు కాదు సుమా'

బస్ ఆగింది.

ఆమె దిగింది.

సెర్గయ్ ఆమె వెనకనే దిగెటప్పుడు టెలిపతి ఆమె ఆలోచనలను అతని ముందుంచింది.

'పాపం! నేను ఇక్కడే దిగిపోవటం అతనికి నిరాశను కలిగిస్తుందేమో? అరె ! అతను ఇక్కడే దిగుతున్నాడే. బహుశా నన్ను క్షమాపణలు కోరటానికి కావచ్చు. అయితే క్షమాపణు అడక్కుండా 'నీవు నన్ను ఇష్టపడుతున్నావు కదా' అని నాతో అంటే ఎంత బావుమడును'

ఆమె వెనుకనే దిగిన సెర్గయ్ ఆమె పక్కకు చేరాడు.

"నేను క్షమాపణలు కోరటానికి రాలేదు. నాకు తెలుసు... నీకు నేనంటే ఇష్టమని" అన్నాడు.

"పోలీసులను పిలవనా?" కోపంగా అడిగిందామె.

టెలిపతి ఆమె అంతరంగాన్ని మరొకసారి అతనికి విన్పించింది-

'అరె ! నేనెంతటి మూర్ఖురాలిని. అతనితో ఎందుకలా ప్రవర్తించాను. పాపం! ఆతనెంత బాధపడ్డాడో? ఒకవేళ ఇప్పుడు మళ్ళీ నా దగ్గరికి వచ్చి నాతో మాట్లాడితే అతనికి బాధ కలగకుండా ప్రవర్తిస్తాను'

అయితే సెర్గయ్ ఆమెను అనుసరించలేదు.

టెలిపతి స్విచ్ ఆఫ్ చేశాడు.

*****

తన ముందు నుంచున్న సెర్గయ్‌తో ఆ అధికారి అన్నాడు-

"మొదట్లో మేం కూడా మనిషి భావాలు ముఖ్యమనుకునే వాళ్ళం. కానీ ఇప్పుడు

మాకు తెలిసింది ఏమిటంటే మనిషి ఏమి ఆలోచిస్తాడనేది ముఖ్యం కాదు. ఏమి చేస్తాడనేది ముఖ్యం. అంటే ఆలోచనకంటే ఆచరణ ముఖ్యం ! ఉదాహరణకు ఇప్పుడు నీకు నా మీద చెప్పలెనంత కోపం ఉంది. నన్ను లాగి చెంపకాయ కొట్టాలనుకుంటున్నావు. కాని నువ్వా పని చేయవు. నీ ఆలోచనకీ, ఆచరణకీ పొంతన లేదని నాకు తెలుసు"

అది విని ఒక్క క్షణం మతిపోయింది సెర్గయ్. కాని అంతోనే అర్థం చేసుకున్నాడు. ఆయన దగ్గరవున్న టెలిపతి తన మనోభావాల్ని పట్టించిందని. అప్రయత్నంగా ఓ చిన్న చిరునవ్వు అతని పెదాలపై విరిసింది.

వెంటనే అధికారితో చేయి కలిపి-

"ఓకే బాస్ ! నేను పూర్తిగా మీతో ఏకీభవించకపోయినా మంచి ఆలోచనలతో కూడిన, ఆచరణాత్మకమైన పనులు చేయడానికి ప్రయత్నిస్తానని ప్రమానం చేస్తున్నాను, సీయూ" అని అక్కణ్ణించి బయటికి వచ్చాడు.

ఆ క్షణంలో తన మనసు ఏం ఆలోచించిందో, అది ఏమని అధికారికి టెలిపతి అందించిందో ఆతనికి తెలీదు. ఒక వేళ తెలిసినా దాంతో ప్రమేయం లేనివాడిలా అతని అడుగులు కదులుతున్నాయి.

*****

(విపుల, మాస పత్రిక,1991)

ఆంగ్ల కథ : జాన్ హోర్వర్డ్ గ్రిఫన్

ఓ నీగ్రో కథ

ఆ రోజు వాతావరణం ప్రశాంతంగా ఉంది. మధ్యాహ్న సమయంలో నేను మొబైల్, మాంటెగోమరి వాగుల మధ్య ఉన్న దారిలో నడుచుకుంటూ పోతున్నాను.

అప్పటికే నేను కొన్ని మైళ్ళ దూరం నడిచి ఉండొచ్చు. ఎవరైనా వాహనదారుడు వచ్చి నాకు లిఫ్ట్ ఇస్తే బాగుండును అని అనుకున్నాను. అదే సమయంలో ఒక అందమైన ముఖంతో ప్రశాంతంగా కనిపించే ఓ వ్యక్తి తన ట్రక్కును నా పక్కన ఆపాడు. నేను వెళ్లవలసిన ప్రదేశం గురించి అడిగి నన్ను లోపలికి ఆహ్వానించాడు. నేను ట్రక్కు లోకి ఎక్కటానికి తలుపు తెరిచినపుడు అతడి కాళ్ళ దగ్గర ఒక బందూకు కనిపించింది.

నా గుండె గుభేల్‌మంది. అది అతడు కూర్చున్న సీటుకు ఆనించి ఉంది. నాకు చప్పున ఒక విషయం గుర్తొచ్చింది. అలబామాకు చెందిన తెల్లవారికి నల్లవారిని వేడుక కోసం కాల్చి చంపే వ్యసనం ఉండటం గుర్తుకొచ్చింది. నేను ట్రక్ ఎక్కటానికి సంకోచించాను. అది గమనించినట్టు అతను నవ్వుతూ అన్నాడు, “లోపలికి రా, అది జింకల్ని వేటాడటం కోసం ...”

నేను అతడి కాంతివంతమైన ముఖాన్ని చూశాను. మనిషి సభ్యతగలవాడే అనిపించింది. ట్రక్ ఎక్కి కూర్చున్నాను.

“అంత దూరం నడుచుకుంటూ బయలుదేరావా? ఎవరూ లిఫ్ట్ ఇవ్వలేదా?” అని అతను అడిగాడు.

“లేదు, ఇప్పుడు మీరే నాకు లిఫ్ట్ ఇచ్చారు. ...”అన్నాను.

అతడు సమాజానికి చెందిన ఒక ప్రముఖ వ్యక్తి అని మాట సందర్భంలో తెలిసింది. అతడికి సుమారు యాభై మూడేళ్ళు. ఒక కుటుంబానికి పెద్ద అయిన అతడు ఇద్దరు పిల్లల తండ్రి, ఇద్దరు మనుమలకు తాత. వ్యాపారం చేసుకుంటున్నాడు. ఇతడు వేట కోసం అడివి వైపు బయలుదేరాడు. ఈ విషయాలు అతడితో జరిపిన సంభాషణ వల్ల తెలిశాయి. నేనొక సభ్యతగల తెల్లవ్యక్తిని కలిశాను అని అనిపించింది.

“నీకు పెళ్ళయిందా?”

“అయింది” అన్నాను.

"పిల్లలు ..."

"ముగ్గురు ..."

"నీ భార్య అందంగా ఉంటుందా?"

"అందంగా ఉంటుంది"

అతను కాస్సేపు ఏదో ఆలోచిస్తున్నట్టు మౌనంగా ఉండిపోయాడు. తరువాత -

"ఆమె తెల్లవారి ద్వారా పొందిన పిల్లలు ఎంత మంది?" అని అడిగాడు.

నా తల మీద పిడుగు పడ్డట్టయ్యింది. ఒక్కక్షణం మా మధ్య మౌనం రాజ్యమేలింది.

నేను నా నల్లటి చేతుల్ని చూసుకున్నాను. వేలికి పెళ్ళినాడు నా భార్య తొడిగిన ఉంగరం కనిపించింది. అతను డ్రైవ్ చేస్తూనే ఉన్నాడు. మళ్ళీ మా మధ్య సంభాషణ కొనసాగింది. నా భావాలను దాటి అతను ముందుకు సాగుతున్నాడు. అక్కడి తెల్లవాళ్ళు నీగ్రో స్త్రీలను ఇష్టపడుతారని చెప్పి "నేనూ కావలిసినంత మంది నల్ల ఆడవారిని అద్దెకు తీసుకున్నాను. అలా నియమించుకున్న అందరితోనూ పడుకున్నాను" అన్నాడు.

ట్రక్ టైర్లు రొడ్డు మీద పరుగెడుతున్న సద్దు వినిపిస్తోంది.

ఆ టైర్లు నా గుండెల మీది నుంచే పోతున్నట్టు అనిపించింది.

అతను నా వైపు తిరిగి అడిగాడు, " దీని గురించి నీకేమనిపిస్తుంది?"

"దీన్ని ఎవరు ప్రతిఘటించ లేదా?" నేను అడిగాను.

"వాళ్ళకు జీవితం గడవాలి కదా? అంగీకరించకపోతే పని ఉండదు. పని లేకపోతే తినటానికి పిడికెడు మెతుకులు ఉండవు" అన్నాడతను వంకరగా నవ్వుతూ.

నేను రోడ్డు వైపు చూశాను. పెద్ద పెద్ద పైన్ చెట్లు వెనక్కు పరుగెడుతున్నాయి. వాటి టెర్‌పెంటైన్ వాసన ట్రక్ నడుపుతున్న ఆ తెల్లవ్యక్తి ధరించిన ఖాకీ బట్టల వాసనతో కలసి విచిత్రమైన వాసన వేస్తోంది.

"మీకు ఇదంతా విచిత్రంగా అనిపిస్తుంది కదా?"

నేనప్పుడు పంటి బిగువున అతడికి జవాబు చెప్పాల్సి వచ్చింది.

"ఆ, ఇందులో ఏముంది ప్రకృతి సహజం ..." అన్నాను మనస్సు చంపుకుని.

లేదా ఇంకేదైనా చెప్పి అతను మరింత రెచ్చిపోవటాన్ని తప్పించాల్సి ఉంది. మళ్ళీ అతను రెట్టిస్తూ అడిగాడు-

"ఏమంటున్నావు? ..."

"సరైనదే అనిపిస్తోంది ..." మెల్లగా గొణిగాను.

"ఇది ఇక్కడ అందరూ చేస్తున్నదే ... నీకు తెలియదా?"

"లేదు, నాకు తెలియదు"

"అందరూ ఇదే చేస్తున్నారు. అయినా నీవు ఇందుకు సంతోషపడాలి. ఎందుకంటే

మీకు మావల్ల తెల్లపిల్లలు పుడతారు. మీలో తెల్లవారి రక్తం వచ్చి చేరుతుంది కదా ...” అన్నాడు.

తెల్లవాడి వ్యంగ్యం నా హృదయాన్ని ముక్కలు చేసింది. తెల్లవాళ్లు నీగ్రోల గురించి మాట్లాడేటప్పుడు వారి శీలం పట్ల చాలా చులకనగా మాట్లాడుతారు. వారి లైంగిక నిజాయితీ పట్ల అవహేళనగా మాట్లాడుతారు. వ్యాపిస్తున్న వర్ణసంకరం పట్ల భయభీతులైనట్లు ప్రవర్తిస్తారు. నీగ్రోకు వంశవాహిక పరిశుద్ధత లేదని ఆక్షేపిస్తారు. దక్షిణ అమెరికాలో ఇప్పటికే వర్ణసంకరం వాడుకలో ఉంది. దీనికంతా ముఖ్య కారకులు తెల్లవారే. ఇది వారి ద్వంద్వ నీతి. జనాంగపు పరిశుద్ధత గురించి అతడు మాట్లాడుతూనే ఉన్నాడు.

అటు తరువాత నేను ఈ విషయం గురించి కొందరు తెల్లవాళ్ళను విచారించినప్పుడు అందరూ దీన్ని నిజమేనన్నారు. దక్షిణ అమెరికాలోని ప్రతీ పల్లెలోనూ ఇది జరుగుతున్నదే. అయినా దక్షిణ అమెరికాలోని ఈ పరిస్థితి ఎన్నడూ ఏ పత్రికలోనూ వెలుగు చూడలేదు. ఎందుకంటే నాతోపాటు ప్రయాణిస్తున్న తెల్లవ్యక్తి చెబుతున్నట్టు అలబామాకు చెందిన ఏ స్త్రీ (నీగ్రో స్త్రీ) ఈ విషయమై పోలీసులకు ఫిర్యాదు చేయదు, చేయలేదు.

ఎవరైనా తమకు జరిగిన మానభంగం గురించి ఫిర్యాదు చేస్తే ఏమవుతుంది?

నేను ఆలోచిస్తుండగా, అతను నా మౌనాన్ని నా అసహనం అని గుర్తించాడు.

“నీవు ఎక్కడి నుంచి వస్తున్నావు?” అని అడిగాడు.

“టెక్సాస్ నుంచి” అన్నాను.

“రావటానికి కారణం?”

“పని కోసం వెదుక్కుంటూ వచ్చాను”

“ఇక్కడే తిష్ఠవేసి సమస్యలు సృష్టించటానికి వచ్చావా?”

“లేదు ...లేదు”

“ఇక్కడ నివాసమేర్పరుచుకుని నీగ్రోలను సంఘటిత పరిస్తే నిన్ను ఎలా మట్టుబెట్టాలో మాకు తెలుసు”

“నాకు ఆ ఉద్దేశ్యం లేదు”

“ఇక్కడికొచ్చి కుట్రలు పన్నేవారిని ఏం చేస్తారో తెలుసా?”

“తెలియదు”

“జైల్లో వేస్తాం. లేదా కాల్చి చంపుతాం”

అతడి క్రూరమైన మాటల వల్ల నాకు బాధ కలిగింది. నేను అతడి ముఖం చూశాను. అతడి నీలిరంగు కళ్ళు ఇప్పుడు ఎర్రబారి ఉన్నాయి. అతడి కంఠంలో నీగ్రోలకు సరియైన పాఠం నేర్పిస్తానన్న రోషం ఉంది. ఆ రోషపు తీవ్రత వల్ల నాకు భయం

వేసింది. అతడిలో కోపం క్షణక్షణానికి పెరుగుతున్నట్టు అనిపించింది. అతడి కంఠధ్వనిలో ఉద్వేగం, పైశాచికత్వం పొంగింది. రోడ్డు పక్కన దట్టమైన అడివి వెనక్కు జరుగుతోంది. అతను బయటికి చూస్తూ తల ఊపుతూ–

"నీగ్రోలను చంపి ఈ అడివిలో విసిరేసినా ఎవరూ దాని గురించి పట్టించుకోరు, తెలుసా?" అన్నాడు.

"అవును" అన్నాను.

నేను మౌనాన్ని ఆశ్రయించాను. ఆ వ్యక్తిని నేను జీవితపు విభిన్న పాత్రలో ఊహించటానికి ప్రయత్నించాను. మనుమలతో ఆడుకుంటున్నట్టు, చర్చిలో ప్రార్థన చేస్తున్నట్టు, తెల్లవారగానే లేచి కాఫీ తాగి షేవ్ చేసుకుంటున్నట్టు, భార్యతో స్నేహితుల ఇళ్ళకు వెళ్ళినట్టు, అయితే ఎందుకో అసాధ్యమనిపించింది. ఆ వ్యక్తి ఇలాంటి నడవడికకు యోగ్యుడు కాడనిపించింది. పోలిక ఎందుకో అసహ్యమనిపించింది. ట్రక్‌లో నేను ఎక్కినప్పుడు అతడ్ని ఒక సౌమ్యుడైన వ్యక్తిగా ఊహించుకున్నాను. ఇదంతా ఆతడి వ్యక్తిత్వపు ఒక పార్శ్వం మాత్రమే. బహుశా మరొక పార్శ్వం అతడి భార్య, పిల్లలు, స్నేహితులూ చూసి ఉండరు. దీన్ని అతను ఎవరికీ చూపించడు. అది బలిపశువుకు మాత్రమే చూపించే ముఖం. ఇతర సమయాల్లో అతనొక ప్రియమైన తండ్రి, ఆత్మీయుడైన స్నేహితుడు, సమాజంలో గౌరవింపబడుతున్న వ్యక్తి.

అతను ముఖం ముడివేసుకున్నాడు. మళ్ళీ యథాస్థితికి రావటానికి కొద్ది సమయం పట్టింది. మెయిన్ రోడ్డు నుంచి పక్కకు వెళ్ళే ఓ మట్టి రోడ్డు దగ్గర ట్రక్ ఆపాడు. ఆ మట్టి దారిలో అతను వెళ్ళాలి. ఇంత సేపు మేమిద్దరం పరస్పరం ఆలోచనల పోరులో నిమగ్నమయ్యామన్న విషయం అతడికి అర్థమై ఉండాలి.

"నేను ఇక్కడి నుంచి అడివిలోకి వెళ్ళాలి. బహుశా నీవు మళ్ళీ ఈ మెయిన్ రోడ్డు వెంబడే నడిచి వెళ్ళాలి" అన్నాడు.

నేను అతడికి థాంక్స్ చెప్పి తలుపు తెరిచి ట్రక్ దిగాను.

అతను మళ్ళీ అన్నాడు–

"ఇది ఎలా జరిగిందంటే మేము మీతో వ్యాపారం చేస్తాం. నిజం. మీ ఆడవాళ్ళతో పడుకుంటాం. ఇదీ నిజమే. ఇంతకు మించి మీరెవరూ మా లెక్కలో లేరు. మీరు మా స్థాయికి ఎదగలేరు. ఈ విషయాన్ని మీరు అర్థం చేసుకోవటం మంచిది. దీన్ని మీరు ఎంతగా అర్థం చేసుకుంటే మీరు అంత క్షేమంగా ఉంటారు."

"ఔను, ఔను" నేను గొణిగాను.

తరువాత అతను ట్రక్‌తోపాటు అడివిలో కనుమరుగయ్యాడు.

సాయంత్రపు గాలి వీస్తోంది. నేను రోడ్డు దాటి మరొక పక్కకు వచ్చి కూర్చున్నాను.

వచ్చే వాహనాల కోసం ఎదురు చూడసాగాను.

ఒంటరిగా కూర్చున్నప్పుడు నేను సురక్షితుణ్ణని అనిపించింది.

సాయంత్రపు నక్షత్రాలు ఆకాశంలో తొంగి చూడసాగాయి.

నేల వేడిమి నింగిని ఆవరించినట్టు ఆకాశం ఎర్రబారసాగింది.

*****

(సాక్షి ఫన్ డే-ఆదివారం 19-06-2011)

అమెరికన్ కథ : ఎడ్గార్ ఎలెన్ పొ

చిత్రహింస

నా తల ఉద్వేగంతో పగిలిపోతోంది. భరించటానికి అసాధ్యమనిపించే బాధ నన్ను మృత్యువు కోరల్లోకి నెడుతున్నట్టు అనిపిస్తోంది. నన్ను పీడించాలనే తాపత్రయంతో మృత్యువే నా దగ్గరికి పరుగు పరుగున వస్తూ ఉందని అనిపించింది.

'మరణదండన' -తీర్పు నా చెవులను తాకింది. న్యాయధిపతి నల్లని గౌను తొడుక్కుని ఉన్నాడు. ఆయన పెదాలు వివర్ణమై ఉన్నాయి. తెల్లగా పాలిపోయినట్టున్న ఆ పెదాలు దృఢమైన నిర్ణయాన్ని , కాఠిన్యాన్ని సూచిస్తున్నాయి. 'మరణదండన' తీర్పు విని క్షణకాలం కళ్ళు మూసుకున్నాను.

మళ్ళీ కళ్ళు తెరిచాను. నా ఎదురుగా కూర్చున్న న్యాయధిపతి ఆకారం మాయమైంది. బల్లపై కాలుతూ వెలుగునందిస్తున్న పొడవైన కొవ్వొత్తులు కరిగి అదృశ్యమయ్యాయి. కటిక చీకటి నల్లటి దుప్పటితో ఆ ప్రదేశాన్నంతా కప్పేసింది. కళ్ళను కమ్మేసిన చీకటి మనస్సునూ ఆక్రమించింది. నాకు స్పృహ తప్పింది.

నాకు వొంటిపై స్పృహ లేదు. అలాగని బాహ్య స్మృతి పూర్తిగా కోల్పోనూ లేదు. అయితే ఎంతవరకు నాలో స్పృహ ఉందన్నది వర్ణించటం కాదుకదా చెప్పటానికికూడా సాధ్యంకాదు.

నేనా స్థితిలో ఉండగా ఏమైంది?

ఈ ప్రశ్నకు సమాధానం కోసం చాలా సార్లు ఎన్నో రకాలుగా ప్రయత్నించాను. దాని పర్యవసానంగా నా కళ్ళ ముందుకు వచ్చి నిల్చున్న అస్పష్టమైన అసంఖ్యాక చిత్రాలలో వాస్తవ చిత్రం ఏదైె ఉంటుందా అని బాగా ఆలోచించాను.

లావుగా, పొడుగ్గా ఉన్న నలుగురు భీకరాకారులు నన్ను మోసుకుని వెళుతున్నట్టు ఆ జ్ఞాపకపు నీడలు తెలియజేస్తున్నాయి. వారు మౌనంగా నన్ను మోసుకుని నడిచారు. నడిచారు. నడిచారు. చాలా దూరం నడిచారు.ఆ తరువాత నేల మాళిగలోకి దిగసాగారు. అలా వారు చాలా సేపటి వరకు దిగుతూనే ఉన్నారు. దానికి అంతం లేదా అనుకున్నాను. ఆ 'దిగటం' అనేది ముగిసేటట్టు లేదు.

చివరికి ఆగారు. సమతలంగా ఉన్న నేలపై నన్ను దించారు. తడిసిన నేల వాసన

ముక్కు పుటాలను తాకింది. చల్లని గాలి నా శరీరాన్ని కొరికింది.

నన్ను వెల్లికిలా పడుకోబెట్టారు. నా కాళ్ళు చేతులు బంధించి ఉంటారని అనుకున్నాను. ఆ కారణంగా వాటిని కదిలించటానికి ప్రయత్నమే చేయలేదు. చాల సేపటి తరువాత ఆ విషయాన్ని మరిచి అప్రయత్నంగా చేతిని చాపాను. చేతులను కట్టి వేయవేయలేదని అప్పుడు నాకు అర్థమైంది.

చల్లగా గట్టిగా ఉన్న ఏదో ఒక వస్తువు మీద నా చేయి పడింది. కొన్ని నిముషాల వరకు చేతిని తీయనే లేదు. ఆ సమయంలో ఆ వస్తువు ఏమై ఉంటుందా? నేనెక్కడ ఉన్నానా? -అని ఊహించటానికి ప్రయత్నించాను.

కళ్ళను గట్టిగా మూసుకునే ఉన్నాను. వాటిని తెరవటానికి నాకు ధైర్యం చాల్లేదు. కళ్ళు తెరిస్తే ఏ భయంకర దృశ్యాన్ని చూడాల్సి వస్తుందోనని నా గుండె వొణికిపోతూ ఉంది.

చివరికి ఎంతో ప్రయత్నం మీద కళ్ళను తెరవగలిగాను. నా అనుమానం నిజమైంది.

మరణదండనకు గురైన శత్రువును చిత్రహింసలు పెట్టి చంపడం; అతని మరణయాతనను చూసి ఆనందించే క్రూర పవృత్తిగల జనాలు డబ్బిచ్చి ఆ దృశ్యాలను వీక్షించే పద్ధతి ఒకటుందని నేను గతంలో విని ఉన్నాను. నేలమాళిగల్లో నిర్మించబడ్డ 'యతనా గృహాల్లో' విచిత్ర సాధనాల ద్వారా చిత్ర హింసలు పెడతారని విన్నాను. ఇప్పుడు నేనున్నది అలాంటి యాతన గృహంలోనేనా? ఇక్కడ నన్ను హింసించ బోతున్నారా? రహస్య గవాక్షాల ద్వారా ఆ దృశ్యాలను చూడటానికి ఏర్పాట్లు ఉన్నాయా? గోడల్లో రహస్యపు కిటికీలు ఏర్పాటు చేశారా?

చుట్టూ చూశాను.

కమ్ముకున్న గాఢాంధకారంలో ఏమీ కనిపించలేదు.

భయంతో కొన్ని క్షణాలు నిశ్చేష్టితుడనై ఉండిపోయాను. నా హృదయం కొలిమితిత్తిలా భారంగా, వేగంగా సంకోచవ్యాకోచాలు సాగిస్తోంది. నా ధమనుల్లో రక్తం వేగంగా ప్రవహిస్తోంది.

చివరికి నా భయమే నన్ను తట్టి లేపింది. లేచి నుంచున్నాను. నా కాళ్ళను సైతం బంధించలేదని లేచి నుంచున్న తరువాత నాకర్థమైంది. నుంచున్నాను. మూర్ఛరోగి కాళ్ళలా నా కాళ్ళు వొణుకుతున్నాయి. రెండు చేతులను ముందుకు సాచి నుంచున్న చోటనే ఒక్కసారి గిర్రున తిరిగాను.

కటిక చీకటి !

కళ్ళకు ఏమీ కనిపించటం లేదు.

చేతులకూ ఏమీ తగల లేదు.

అలా నుంచునే మరోసారి గిర్రున తిరిగాను. సాధ్యమైనంగా ముందుకు వొంగి, చేతులను ముందుకు చాచి తిరిగాను. ఈ సారికూడా ఏమీ తగల్లేదు. చేతులను పైకెత్తాను. వాటికీ ఏమీ అందలేదు.

అప్పటికీ ఒక్క అడుగు ముందుకు వేయటానికి ధైర్యం కలుగలేదు. ఒళ్ళంతా వేడెక్కింది. చెమటలు పోశాయి. నుదుటి మీద చెమట బిందులు వరుసలు కట్టాయి.

గుండె దిటవు చేసుకుని జాగ్రత్తగా అడుగులు వేయసాగాను. చేతులను ముందుకు చాచే ఉన్నాను. ఎక్కడైనా వెలుతురు కిరణాలు కనిపిస్తాయేమోనని కళ్ళు పెద్దవి చేసుకుని చూస్తూనే ఉన్నాను.

ముందుకు అడుగులు వేశాను. చీకటి కరగలేదు. శూన్యపు అంతు కానరాలేదు.

కొంచెం ధైర్యం వచ్చింది. ఇప్పుడు నేనున్నది యాతనా గృహంలో కాదు ; భూ గృహంలో ఉన్న చెరసాలలో అని అనిపించింది.

ధైర్యం వస్తున్నట్టే వచ్చి వెళ్ళిపోయింది. నేను విన్న ఇతర కథల జ్ఞాపకాలు ఆ ధైర్యాన్ని బ్రద్దలు కొట్టాయి. విశాలంగా ఉన్న, గాఢాంధకారమయమైన భూగృహంలోని గదులలో ఆహారం ఇవ్వకుండా ఆకలితో మాడ్చి మాడ్చి చంపే కథల జ్ఞాపకాలు నన్ను వొణికించాయి. చివరికి నా చేతులు ఓ గోడను తాకాయి.

ఎత్తయిన రాతి గోడ !

ఆ గోడనే తడుముతూ నడవసాగాను. చాలా సేపటి వరకూ అలానే నడిచాను. ఒట్టి గోడ. తలుపులు, కిటికీలు లేని గోడ ! గంటల తరబడి నడిచినా ఒక్క కిటికీ కానీ, తలుపు కానీ , నా చేతికి తగల లేదు. ఆ విధంగా ఆ గది లోపల ఎన్ని ప్రదక్షిణాలు చేశానో చెప్పలేను. కొన్ని చోట్ల నేల తడిగా ఉంది. పాచి పట్టి కాలు జారుతుందేమో అనిపించింది. నా భయం నిజమైంది. ఒక చోట జారి పడ్డాను. మళ్ళీ లేవటానికి శక్తి లేక అలాగే చాలా సేపు పడిన చోటే ఉండిపోయాను. నిస్సత్తువతో నిద్ర ముంచుకొచ్చింది.

మెలుకువ రాగానే చేయి చాపాను. చుట్టూ తడిమి చూశాను. ఒక రొట్టె, నీళ్ళున్న ఒక మట్టి పాత్ర చేతికి తగిలాయి. వాటిని ఎవరు తెచ్చి పెట్టారు? ఎప్పుడు తెచ్చి పెట్టారు? ఆలోచించటానికి శక్తి చాలదనిపించింది. రొట్టె తిన్నాను. నీళ్ళు తాగాను. కొంచెం శక్తి వచ్చినట్టనిపించింది. లేచి నుంచున్నాను. గోడను తడుముకుంటూ గోడ వెంబడి మళ్ళీ నడవసాగాను.

చప్పున ఒక ఆలోచన స్ఫురించింది. వేసుకున్న చొక్కా విప్పాను. దాన్ని ఉండ చుట్టి నేలపై గోడకు లంబంగా ఉంచాను. అక్కడి నుంచి అడుగులు లెక్కపెడుతూ గోడ వెంబడే నడిచాను. మళ్ళీ నేను చొక్కాను తొక్కే సరికి నూటా రెండు అడుగులు వేసినట్టు

గుర్తించాను. రెండడుగులు ఒక గజమని లెక్క వేసుకున్నా ఆ గది చుట్టుకొలత దాదాపు ఏభై ఆరు గజాలు ఉండొచ్చు. గది చుట్టుకొలత కనుక్కున్నాను. అయితే గది ఆకారాన్ని ఊహించలేకపోయాను. గది వృత్తాకారంగా ఉంటే గది మూలలు దొరక్కూడదు. చదరంగా ఉంటే నాలుగు మూలలే దొరకాలి. అయితే నాకు నలభై మూలలు దొరికాయి!

ఆ తరువాత ధైర్యం తెచ్చుకుని మరొక సాహసం చేశాను. గోడకు వీపు ఆనించి నుంచున్నాను. కనిపించని ఎదురు గోడవైపు చూస్తూ నేరుగా నడవసాగాను. నడుస్తూ అడుగులు లెక్క పెట్టసాగాను. పదకొండు అడుగులు వేశాను. అంతలో కాలు జారింది.

పడ్డాను.

ఆశ్చర్యం !

తలకింద నేలనే లేదు !

శరీరమంతా నేలపైనే ఉంది. అర్థమయ్యింది. నేను ఓ బావి అంచు మీద పడి ఉండాలి. నా తల మాత్రం బావి లోపలికి వేలాడుతూ ఉండాలి. బావి లోపలి నుంచి దుర్గంధపూరితమైన వేడి గాలులు పైకి చిమ్ముకు వస్తున్నాయి.

ప్రస్తుతానికి నేను బావిలో పడిపోలేదు. మరో రెండు అడుగులు వేశాక జారి పడివుంటే ఖచ్చితంగా బావిలో పడిపోయి ఉండేవాడ్ని. పడి ఉంటే చచ్చి ఉండేవాడ్ని !

చనిపోయేవాడ్ని ! . . . అంతే కదా ! ఎలాగూ మరణదండన విధించడం జరిగింది ; భయంకరమైన మృత్యువు కాచుకుని కూర్చోనుంది. చిత్రహింసలపాలై మరణించటానికి బదులుగా నేనే ఈ బావిలో దూకి చనిపోనా?

ఊహూ (! సాధ్యం కాదు !

నన్ను పిరికివాడని మీరు భావించినా ఫరవాలేదు. చావంటే నాకు భయం. 'చావు' నా దేహం నుంచి ప్రాణాన్ని తీసేవరకూ ఈ శరీరంపై వ్యామోహాన్ని నేను వొదులుకోలేను. నేనెప్పుడూ స్మశానాన్ని ఆహ్వానించను. నాకై నేను మృత్యువును కౌగిలించుకోను.

ఈ విధమైన ఆలోచనలతో నేను ఆ బావి నుంచి దూరంగా జరిగాను. నిద్రలోకి జారాను.

మెలుకువ వచ్చేసరికి మునుపట్లానే నా ప్రక్కన ఓ రొట్టె ముక్క , ఒక పాత్రలో నీళ్ళు ఉన్నాయి. విపరీతంగా దాహం వేయటం వల్ల రొట్టె తినకుండానే నీళ్ళు తాగాను. గటగటా తాగాను. అయితే ఆ నీళ్ళు వొట్టి నీళ్ళు కావు. అందులో ఏదో కలిపారని తాగిన వెంటనే అర్థమయ్యింది. ఆ నీళ్ళను తాగిన కాసేపటికి మత్తు ముంచుకొచ్చింది. నాకు స్పృహ తప్పింది.

ఎంత సేపటి తరువాత మెలుకువ వచ్చిందో చెప్పలేను. ఈ సారి కళ్ళు తెరిచేసరికి గది చీకటిగా లేదు. తీక్షణము కాని మంద కాంతి గదినంతా ఆక్రమించుకుని ఉంది. ఆ

వెలుతురు జాడను కనిపెట్టడానికి నేను చేసిన ప్రయత్నాలన్నీ విఫలమయ్యాయి.

గది చుట్టుకొలత ఇరవై ఐదు గజాలకన్నా ఎక్కువ ఉండదని ఆ వెలుతురులో గదిని చూశాక అర్థమయ్యింది. నిన్న లెక్క పెట్టినప్పుడు యాభై ఆరు గజాలనిపించింది. ఎలా? అని ఆశ్చర్యపోయాను. మరొక విషయమూ నన్ను విస్మయ పరిచింది. గది చదరంగా ఉంది. గోడలు రాళ్ళతోనూ, మట్టితోనూ నిర్మించలేదు. ఏదో లోహంతో నిర్మించినట్టున్నారు. ఆ గోడల్లోంచి భయంకరాకారులైన దానవులు తొంగి చూస్తున్నట్టు ; చిత్ర విచిత్రంగా ఉండే పిశాచ ప్రతిమలు ఆ గోడల నుంచి ఉబ్బుకొచ్చి నుంచున్నాయి.

ఆ తరువాత నేలను పరిశీలనగా చూశాను. గది మధ్యలో నిన్న నన్ను మింగబోయిన బావి నోరు తెరుచుకుని కనిపించింది. ఇదంతా నేను అతి ప్రయాసతో చూడగలిగాను.ఎందుకంటే ఈ సారి నాకు మెలుకువ వచ్చేసరికి నేను కట్టి వేయబడి ఉన్నాను. సుమారు రెండడుగుల ఎత్తున్న మంచం నేలకు బిగించబడి ఉంది. నన్ను మంచం మీద వెల్లికిలా పడుకోబెట్టి మంచానికి కట్టివేశారు. నా శరీరాన్ని బంధించిన తాడు చాలా సార్లు నా ఎదను, పొట్టను చుట్టుకుని, పాదాల దగ్గర చేతికి అందనంత దూరంలో ముడివేయబడి ఉంది. నా తలను, ఎడమ చేతిని మాత్రం కదిలించటానికి కొద్దిగా అవకాశం ఉంది. ఎడమ చేతికి అందేలా ఒక మట్టి పాత్ర ఉంది. అందులో పాచిపోయి దుర్వాసన వస్తున్న అన్నమో, గంజో ఉంది. దానికి దగ్గరలో నీళ్ళ పాత్ర లేకపోవటం గమనించి భయపడ్డాను. ఎందుకంటే నాకప్పటికే చాలా దాహంగా ఉంది. నీళ్ళు కావాలి. వాళ్ళు ఉద్దేశ్యపూర్వకంగానే నాకు అందుబాటులో నీళ్ళు ఉంచలేదని అనిపిస్తోంది. నీళ్ళు దొరికే అవకాశం లేదనే భావన దాహాన్ని మరింత పెంచింది.

చిత్రహింస ప్రారంభమయ్యింది.

గది కప్పుకేసి చూశాను. ఆ గది కప్పు సుమారు ఇరవై అడుగుల ఎత్తులో ఉంది. గోడల్లానే ఆ కప్పు లోహంతోనే నిర్మించబడిందని అనిపించింది. సరిగ్గా నేను ఉన్న చోటుకు పై భాగాన ఉన్న విగ్రహం నా దృష్టిని ఆకర్షించింది. అది చాలా ఎత్తులో ఉండటం వల్ల దాని స్వరూపం స్పష్టంగా కనిపించటం లేదు. ఆ విగ్రహం చేతిలో ఒక లోలకం ఉంది. పెద్ద గడియారంలోని లోలకపు చలనంలా అది కూడా కదులుతూ ఉంది. ఈ వైపు నుంచి ఆ వైపుకు , ఆ వైపు నుంచి ఈ వైపుకు. కొన్ని నిముషాల వరకు అదేమై ఉంటుందా అని కుతూహలంగా దాన్నే చూస్తూ ఉండిపోయాను. దాని మంద గమనాన్ని గమనించటం విసుగనిపించాక ఆ గదిలోని మిగిలిన వస్తువుల పై చూపులు సారించాను.

సర. . . సర . . . సరసర...ఆ చప్పుడు నా దృష్టిని ఆకర్షించింది. ఆ శబ్దం వినవచ్చిన వైపుకు నా చూపును విసిరాను. బాగా బలిసిన ఎలుకల పెద్ద గుంపొకటి

కనిపించింది. ఆ ఎలుకలు బావినుంచి పైకి పాక్కుంటూ వస్తున్నాయి. నా దగ్గర ఉంచిన అన్నం తినటానికి తోసుకుని వస్తున్నాయి.

ఆకలిగొన్న వాడికి పాచి అన్నమూ పరమాన్నమే! దుర్వాసన వస్తున్న ఆ అన్నాన్ని కూడా ఎలుకలకు అప్పగించటానికి నేను సిద్ధంగా లేను. వాటిని దూరంగా తరిమే ప్రయత్నంలో పడ్డాను. అయితే నన్ను కట్టివేసి ఉండటంవల్ల ఆ పని సులభంగా నెరవేరలేదు. అన్నం గిన్నె దగ్గరకు రాకుండా వాటిని చాలా శ్రమతో ఆపగలిగాను.

సుమారు ఒక గంట గడిచి ఉంటుంది. లేదా రెండు గంటలు గడిచి ఉండొచ్చు. మళ్ళీ పై కప్పుకేసి చూశాను. ఈసారి కనిపించిన దృశ్యం ఆశ్చర్యాన్ని కలిగించింది. మరుక్షణం నాహృదయం భయంతో కంపించింది. లోలకపు గుండు అడుగుభాగాన సుమారు ఒక అడుగు పొడవున్న రంపం అమర్చి ఉంది. ఆ రంపపు పదునైన అంచు ధగధగమని మెరుస్తూ ఉంది. అంచు నావైపు తిరిగింది. నన్ను నిలువునా కోసెయ్యటానికి అన్నట్టు అటూ ఇటూ ఊగుతూ మెల్లమెల్లగా కిందకు దిగుతూ ఉంది.

నన్ను సమీపిస్తున్న మృత్యువు స్వరూపం స్పష్టమయ్యింది. నా ప్రాణాన్ని తీయటానికి నా శత్రువులు సిద్ధపరచిన భయంకరమైన ఏర్పాటు ఎలాంటిదో నాకు అర్థమయ్యింది. బావిలో పడటాన్ని తప్పించుకున్నాను. అయితే అంతకు మించిన భయంకర రూపంలో మరణం నా వైపుకు దిగుతూ వస్తోంది.

గంటలు గడిచాయి. చివరికి, చిట్టచివరికి ఆ రంపపు అంచు నా సమీపానికి వచ్చింది. దాని కదలికవల్ల వీచిన గాలి నా ముంగురులను కదిలించేటంత సమీపానికి ఆ లోలకం వచ్చింది. నేను భగవంతుణ్ణి ప్రార్థించసాగాను. ఏమని? 'దేవుడా! నన్ను కాపాడు!'– అని కాదు! 'దేవుడా! ఆ పాడు రంపపు పదునైన మొన తొందరగా కిందకు దిగేలా చేయమని! ఈ బాధనుంచి త్వరగా నన్ను విముక్తుణ్ణి చేయమని!'. నా ప్రార్థనవల్ల చివరికి నేనే విసిగిపోయి ఊరకుండిపోయాను.

ఊరకుండిపోయానా? లేదు. ఊరుకోలేదు. ఆ రంపపు అంచు దారి నుంచి పక్కకు జరగటానికి కాళ్ళు చేతులు కొట్టుకుంటూ పిచ్చి పిచ్చి ప్రయత్నాలు చేయసాగాను. ఆ ప్రయత్నాలన్నీ విఫలమయ్యాయని వేరే చెప్పాలా? చివరికి నిరాశతో, విరక్తితో నిశ్చలంగా ఉండిపోయాను.

మరోసారి నాకు స్పృహ తప్పింది.

స్పృహ వచ్చాక చూస్తే లోలకం ముందు ఉన్నంత ఎత్తులోనే ఊగుతూ కనిపించింది. నా శత్రువులు నన్ను గమనిస్తున్నారని నాకు అర్థమయ్యింది. నేను మూర్ఛపోగానే వారు లోలకం దిగటాన్ని తాత్కాలికంగా ఆపివేశారని అర్థమయ్యింది. నా ఊహ నిజమైంది. లోలకం మళ్ళీ కిందకు దిగసాగింది.

నాకు ఆకలి వేయసాగింది.

నవ్వకండి ! మానవ దౌర్బల్యాన్ని చూసి జాలి పడండి. మృత్యు ముఖంలో ఉన్న నాకు ఆకలి వేసింది. భరించలేని ఆకలి ! ఎడమ చేతిని చాచి ఎలుకలు తినగా మిగిలిన మెతుకులు ఉన్న పాత్రను దగ్గరికి లాక్కున్నాను. ఒక ముద్దను తీసుకుని నోట్లో పెట్టుకున్నాను. చప్పున ఒక ఆలోచన వచ్చింది. తప్పించుకోవటానికి ఒక మార్గం కనిపించింది.

తప్పించుకోవడం? ఇక్కడి నుంచి తప్పించుకోవడం సాధ్యమా? అయినా ఆశకు అంతు లేదంటారు. బదకాలని, బదుతాననే ఆశ ఇంకా నాలో ఉంది. అదే ఆశ నాకొక ఉపాయాన్ని సూచించింది. ఆ ఉపాయం ఫలిస్తుందన్న నమ్మకం నాకు లేదు.

లోలకం చాలా నెమ్మదిగా నా గుండెల మీదికి దిగుతూ ఉంది. నా ఎదకు లోలకపు చివరున్న రంపపు అంచుకు మధ్య దూరం కేవలం మూడు అంగుళాలు మాత్రమే మిగిలింది. బంధనాలను తెంచుకోవటానికి మరోసారి ప్రయత్నించాను. నా ఎడమ చేతికి అంటే మోచేతి నుంచి కిందకు కదిలించటానికి మాత్రమే అవకాశం ఉంది. ఆ వొక్క చేతినైనా విడిపించుకోగలిగితే లోలకపు చలనాన్ని ఆపవచ్చు . . . అవును . . . ఆపవచ్చు . . . .

లోలకం మరొక్క అంగుళం కిందకు దిగింది. నా కళ్ళు దాని కదలికలనే వెంటాడుతున్నాయి. ఈ గోడనుంచి ఆ గోడకు, ఆ గోడనుంచి ఈ గోడకు, ఈ చివరినుంచి ఆ చివరకు, ఆ చివరినుంచి ఈ చివరకు డోలనాలను చేయసాగాయి. నా గుండె చప్పుడు ఆ డోలనాలను లెక్కపెట్టసాగింది.

మరికొన్ని నిముషాలు మాత్రమే మిగిలివున్నాయి. ఆ తరువాత రంపపు అంచు మొదట నా చొక్కాను కత్తిరించటం మొదలుపెడుతుంది. ఒంటిమీది రోమాలన్నీ నిక్కబొడుచుకున్నాయి. గుండె పిచ్చి పిచ్చిగా కొట్టుకోసాగింది.

నా ఒంటికి చుట్టుకున్న తాళ్ళనే ఆ రంపపు అంచు కోసేస్తే బాగుంటుందనిపించింది. జాగ్రత్తగ చూశాను. పిచ్చి ఆశ! ఆ అవకాశం ఉన్నట్టు అనిపించలేదు. ఎదపైన పదునైన రంపపు అంచు స్పర్శించే భాగంలో తాళ్లు లేవు. నా శత్రువులు ఆ విషయంలో ముందుగానే జాగ్రత్తలు తీసుకున్నట్టున్నారు. నిరాశవల్ల భయం పెరిగింది. భయంతో గుండె చప్పుడు వేగం మరింత హెచ్చింది.

నా ఎడమ చేతిని ఓ ఎలుక మెల్లిగా కొరికింది. బహుశా అక్కడ అంటుకున్న అన్నం మెతుకులకోసం కాబోలు! నేను చప్పున చేతిని వెనక్కు లాక్కుని అటువేపు చూశాను. దాదాపు నలభై ఎలుకలు ఆకలిగొన్న కళ్ళతో అన్నంగిన్నెవైపే చూస్తున్నాయి.

కొన్ని నిముషాలక్రితం లీలగా మనసులో మెదిలిన ఆలోచనకు ఇప్పుడు స్పష్టమైన

రూపం ఏర్పడింది. దాన్ని వెంటనే కార్యరూపంలోకి తేవటానికి నిశ్చయించుకున్నాను. అన్నం గిన్నెను ఎడమ చేతితో అందుకున్నాను. అందులో గంజిలా ఉన్న అన్నాన్ని నా శరీరానికి చుట్టిన తాళ్ళకు అందిన చోటల్లా పూశాను. ఆ తరువాత కదలకుండా పడుకున్నాను.

నేను చేస్తున్నదంతా ఎలుకలు గమనిస్తూనే ఉన్నాయి. అనుమానంవల్లో, భయంవల్లో అవి దూరంగా పారిపోయాయి. రెండు నిముషాల తర్వాత మళ్ళీ దగ్గరికి వచ్చాయి. నేను నిశ్చలంగా పడివుండటం చూసి ధైర్యంవున్న రెండు ఎలుకలు మరింత దగ్గరగా వచ్చాయి. తాళ్ళను వాసన చూసి మెల్లిగా కొరకటం మొదలెట్టాయి. నేను మౌనంగా చూస్తూ ఉన్నాను. కాస్సేపట్లోనే ఎలుకల సైన్యం నాపై దాడి ప్రారంభించింది. నా ఒంటిపై సరసరమని పరుగులు తీస్తూ తాళ్ళను కొరుకుతూ కదలసాగాయి. దగ్గర్లో ఊగుతున్న లోలకపు కదలికలకు అవి బెదరలేదు. పాపం! వాటికి అంత ఆకలి వేసింది కాబోలు!

మరో ఎలుకలగుంపు బావినుంచి బయటకు వచ్చింది. అవి నాపై ప్రాకాయి. వాటి పరుగులు నాకు గిలిగింతలు కలిగిస్తున్నాయి. అయినా నేను కదల్లేదు. కొన్ని ఎలుకలు ముఖంపైన, కొన్ని బుగ్గలపైన కూడా దాడి చేశాయి. నా పెదవుల చివర అంటుకున్న మెతుకులను నాకసాగాయి. నాకు చాలా అసహ్యమనిపించింది. కడుపులో తిప్పినట్టయ్యింది. వాంతికి వస్తున్నట్టనిపించింది. అయినా నేను సహనంతో అలానే వుండిపోయాను. ఎలుకల పంటికింద అక్కడక్కడ తాళ్ళకొసలు తెగిపోతున్నాయని, నన్ను బంధించిన కట్లు వదులవుతున్నాయని నాకు అర్థమయ్యింది.

నా అంచనా తప్పలేదు. నా ఆలోచన అబద్ధం కాలేదు. నా సహనం నిష్ఫలం కాలేదు. బంధాలు పూర్తిగా తెగిపోయినట్టు నాకు నమ్మకం కలిగింది. సరిగ్గా అదే సమయానికి రంపపు అంచు నా ఎదను చేరుకుంది. ఎదపైని చొక్కాను కత్తిరించబోతోంది. నేను ఆలస్యం చేయలేదు. బలంగా రెండు చేతులను విసిరాను. కాళ్ళను ఘాడించాను. ఎలుకలన్నీ భయంతో కిచకిచమని అరుస్తూ చెల్లాచెదురయ్యాయి. నేను చప్పున పక్కకు దొర్లాను. ఇదంతా కనురెప్పపాటులో జరిగిపోయింది. దగ్గరికి వచ్చిన మృత్యువు నుంచి రెప్పపాటులో తప్పించుకున్నాను.

అయితే నా శత్రువులు ఇదంతా గమనిస్తున్నట్టున్నారు. నేను పక్కకు దొర్లి ప్రమాదంనంచి తప్పించుకున్న వెంటనే లోలకపు చలనమూ ఆగింది. ఏదో అదృశ్యహస్తం దాన్ని పైకి లాక్కుంది. గండం గడిచిందనుకున్నాను. ఆపద తప్పిందనుకున్నాను.

ఎంత పిచ్చిగా ఆలోచిస్తున్నాను. బావిలో పడకుండా తప్పించుకున్నాను. విచిత్రలోకపు చిత్రహింసలకు బలయ్యాను. రంపపు కోతనుంచి బయటపడ్డాను. నిజమే! అయితే మృత్యువు మరో భయంకర రూపంలో నన్ను కబళించడానికి రాబోతుందనే

భావన నన్ను చుట్టుముట్టింది.

భయంతో గదంతా కలయజూశాను. గదిలో ఏదో మార్పు. ఏమిటా మార్పు?

కొన్ని నిముషాలు గడిచాయి. నేను నుంచున్న చోటునే ఉన్నాను. చుట్టూ చూస్తూ ఉన్నాను. ఏ ప్రక్కనుంచి, ఏ దిక్కునుంచి ఏ రూపంలో మృత్యువు నాపై దూకుతుందోనని కంగారుగా చూస్తున్నాను. అదే సమయంలో ఆ గదిని కాంతివంతం చేస్తున్న వెలుతురు జాడ తెలిసింది. గదిచుట్టూ గోడలు నేలను కలిసేచోట దాదాపు అర్ధ అంగళం సందులోంచి ఆ వెలుతురు వస్తోంది. ఆ సందులోకి తొంగిచూడాలని నేను చేసిన ప్రయత్నం వ్యర్థమయ్యింది.

దాదాపు అరగంట గడిచింది. గది వెలుతురుతో నిండిపోయింది. గోడల్లోని విగ్రహాలు, ముందు మసగ్గా కనిపించినా రాక్షసాకారాలు ఇప్పుడు ఎర్రగా ప్రకాశవంతంగా కనిపిస్తున్నాయి. మరింత భయంకరంగా గోచరిస్తున్నాయి. గదిలోని నేల వేడెక్కింది. గోడల్లోంచి చిమ్ముతున్న వేడిమి గాలిని వేడెక్కిస్తోంది. లోహపు గోడలు వేడెక్కి ఎర్రగా మారాయి. కాలిన ఇనుము వాసన ముక్కుకు సోకింది. వేడిగాలి శరీరాన్ని కాల్చింది. గాలిలోని ఉష్ణోగ్రత క్రమంగా పెరగసగింది గోడల్లోని పిశాచప్రతిమలు రక్తవర్ణానికి తిరిగాయి.

మృత్యువు మరోరూపం ఏమిటో తెలిసింది. ప్రాణభయంతో వణికాను. చేతులలో ముఖాన్ని దాచుకుని వెక్కివెక్కి ఏడ్వసాగాను.

వేడిమి మరింత పెరిగింది.

భయంతో చుట్టూ చూశాను. గదిలో మరొక మార్పు కొట్టవచ్చినట్టు కనిపించింది. గది ఆకారం, గది వైశాల్యం మారిపోయాయి. అప్పటిదాకా చదరంగా ఉన్న గది దిర్ఘచతురస్రాకారంలోకి మారింది. అదెలా సాధ్యం?

అభిముఖంగా ఉన్నటువంటి రెండు గోడలు ఉన్న చోటునే ఉంటే ఎదురెదురుగా ఉన్న మరో రెండు గోడలు నెమ్మదిగా కదలసాగాయి. మెల్లమెల్లగా వాటిమధ్య దూరం తగ్గసాగింది. వికారమైన, కర్కశమైన, భయంకరమైన శబ్దాలతో గోడలు మరింత దగ్గర కాసాగాయి. కాలి ఎర్రబడిన ఆ గోడల మధ్య నా దేహం నజ్జునజ్జు కాబోతోంది.

అబ్బా! అప్పుడెంత బాధ కలుగుతుందో? నేను నుంచున్న చోటనే భయంతో గంతులు వేయసాగాను. కేకలు వేయసాగాను. భయంతో కళ్ళు మూసుకున్నాను. గోడల కదలికవల్ల ఉత్పన్నమైన భయంకర ఆర్భాటాన్ని వినలేక చెవులు మూసుకున్నాను.

ఆ భయంకర శబ్దం చప్పున ఆగిపోయింది! ఎందుకు? మళ్ళీ ఏం జరగబోతోంది?

చూద్దామని కళ్ళు తెరిచాను.

ఎర్రబారిన గోడల రంగు మళ్ళీ మునుపట్లా మారసాగింది. వేడి తగ్గుముఖం

పట్టింది. గోడలు మెల్లిగా దూరదూరంగా జరుగసాగాయి.

అంతలో ఏదో కోలాహలం వినిపించింది.

నాకు చిరపరిచితమైన అనేక కంఠాలు వినిపించసాగాయి.

అర్థమయ్యింది.

మా సైనికులు శత్రువులను జయించారు.

కారాగృహాన్ని స్వాధీనపరచుకున్నారు.

నన్ను రక్షించటానికి వచ్చారు.

నేను నిజంగానే మృత్యువు కౌగిలిలోంచి తప్పించుకున్నాను !

*****

(సాక్షి ఫన్డే-ఆదివారం 19-06-2011)

డచ్ కథ : లూయి కూపరెస్

కల్పనా జీవితం

ఏ సుందర లోకాలో దర్శిస్తున్నట్టుగా స్వప్నజీవులు, ఒకరినొకరు కౌగిలించుకుని కూర్చున్న ప్రణయజీవులు అప్పటికే అక్కడున్న బెంచీలన్నీ ఆక్రమించేశారు. హఠాత్తుగా ఓ వ్యక్తి వచ్చి నేను కూర్చున్న బెంచీ అంచున కూర్చున్నాడు. నా దృష్టి అతని వేపు పోయింది. అతను చూడటానికి పనీపాటాలేని వ్యక్తిలా ఉన్నాడు. గమ్యంలేని బాటసారిలా అగుపించాడు. అతని కాళ్ళకు అరిగిపోయిన జోళ్ళు వేలాడుతున్నాయి. చిరిగిన ప్యాంటులోంచి మోకాళ్ళు కనిపిస్తున్నాయి. నాకు అక్కడ ఉండబుద్ధి కాలేదు. అక్కడి నుంచి లేచి వెళ్ళిపోదామా అనుకున్నాను. అయితే అతన్ని చూడగానే లేచి వెళ్ళిపోతే అతను బాధపడొచ్చని అనిపించటంతో కాస్త తటపటాయించాను.

"మీరెవరో నాకు బాగా తెలుసు. మీరు కవులు" అన్నాడతను.

నేను అతని వేపు పరీక్షగా చూశాను. అతని బోసి నోటిలోంచి జాలువారుతున్న చిరునవ్వు ఎంతో ఆకర్షణీయంగా ఉంది. అక్కడి నుంచి లేవాలనుకున్నవాడిని మంత్రముగ్ధుడిలా అక్కడే కూర్చుండిపోయాను.

"అవును ! నేనో రచయితను. నవలాకారుణ్ణి. నేనెవరో మీకు ఎలా తెలుసు?" ఆశ్చర్యంగా అన్నాను.

"అవును, మీరో 'కవి' అని నాకు తెలుసు" అంటూ అతను నా మాటల్ని సరిదిద్దాడు. ఆ తరువాత మృదువుగా–

"నేనూ ఓ కవినే !" అన్నాడు.

ఆ తరువాత అతను చెప్పబోయేదేమిటో నాకు అర్థమయ్యింది. తను అనుభవిస్తున్న కష్టాల పట్టీనిచదువుతాడు. అభివృద్ధిలోకి రావలసినవాడు అవకాశం దొరక్క ఏ విధంగా వీధుల పాలయ్యాడో తెలియజేసే తన ఆత్మకథను నా ముందు దీనంగా పరుస్తాడు. అవీ ఇవీ చెప్పి చివర్లో ఏమైనా సహాయం చేయండని వేడుకుంటాడు. అంతా విన్నాక నేను అతనికి రెండు రూపాయలు ఇచ్చినా ఇవ్వొచ్చు. ఏదీ ఏమైనా ఇలాంటి అపరిచిత వ్యక్తులు నాలో కుతూహలాన్ని రేకెత్తించటం కొత్తకాదు. అతని పట్ల కూడా ఆసక్తి కలగటంతో అతని వేపు పరీక్షగా చుశాను. అతనికి సుమారు అరవై ఏళ్ళుంటాయి. అయితే అతని

నల్లని కళ్ళను చూస్తే అతనికంత వయస్సు ఉండకపోవచ్చని అనిపిస్తోంది. అతని చిరునవ్వు చూపరుల మనస్సును దోచుకునేలా ఉంది. ఎండ దెబ్బకు అతని చేతులు వడలి నల్లగా మారినా ఆ చేతి వేళ్ళు మటుకు సన్నగా, పొడుగ్గా, నాజూకుగా ఉన్నాయి. కాయకష్టం చేసే శ్రమజీవి చేతుల్లా కానీ, లేదా భిక్షాటన చేసే దరిద్రుడి చేతుల్లా కానీ లేవు. వృద్ధుడైన ఓ 'కవి' మృదుహస్తాల్లానే ఉన్నాయి.

"అలాగా ! మీరు రాస్తుంటారా?" నవ్వుతూ అడిగాను.

'లేదు' అన్నట్టు తల అడ్డంగా ఊపాడు. ఆ తరువాత చిన్నగా నవ్వి అన్నాడు–

"నేను రాయను. ఇప్పటి వరకు నేను ఒక్క కవితను కూడా రాయలేదు. అసలు రాయటానికి నాకు చేతకాదు. అంతే కాదు, కనీసం ఓ గద్యపంక్తిని కూడా నేను రాయలేను. అయినా నేనో కవిని! నేను కవిత్వాన్ని ఆస్వాదించగలను. అనుభూతి చెందగలను. ఎందుకంటే నేను నా 'కల్పన'లోనే జీవిస్తాను"

నేనేమీ మాట్లాడకుండా అతనివేపు చూశాను. అతనో మానసిక రోగిలా కనిపించాడు. మానసిక రోగులపట్ల నాకున్న స్వాభావికమైన భయం వల్ల వీలైనంత సౌజన్యాన్ని చూపిస్తూనే స్వరక్షణ కోసం జాగ్రత్తపడసాగాను.

"అవును ...నేను కల్పనలోనే జీవిస్తాను" అతను మళ్ళీ అన్నాడు.

అతన్ని నేను అర్థం చేసుకోగలననే సంపూర్ణ విశ్వాసం తనకున్నదన్నట్టు నా కళ్ళల్లో కళ్ళు పెట్టి అనుకంపనతో చూశాడు. నాకెలాగో అనిపించింది. అతనికేం చెప్పాలో తోచలేదు. అక్కడ్నుంచి లేచి వెళ్ళి మరో చోట కూర్చోవటం ఉత్తమమనిపించింది. అయితే ఇతరుల మనసును నొప్పించటం నా స్వభావానికి విరుద్ధం కావటంతో నేను అక్కడే కూర్చుని, అతని వేపు చూస్తూ అతన్ని అర్థం చేసుకున్నట్టుగా చిరునవ్వు నవ్వాను.

"అలా కల్పనలో జీవించేవారు చాలా సుఖంగా ఉంటారు. నా మటుకు నేను చాలా సుఖంగా ఉన్నాను" అన్నాడతను.

"అప్పటికీ నేనేం మాట్లాడలేదు. ఏమనాలో కూడా నాకు తోచలేదు. నేను మాట్లాడే మాటవల్లగానీ, లేదా నా చూపు వల్లకానీ అతనికి బాధ కలుగుతుందేమోనన్న భయంతో అతన్ని జాగ్రత్తగా గమనిస్తున్నాను.

"నేను నిజంగా సుఖంగా ఉన్నాను" అని క్షణం ఆగి "అతి తక్కువ మంది మాత్రమే ఈ విధంగా సుఖంగా ఉండగలరు" తన వాదనను బలపరుస్తున్నట్టు అతను నొక్కి చెప్పాడు. నేను మవునంగా అతని వేపే చూస్తుండిపోయాను. మా ఇద్దరి మధ్య నిశ్శబ్దం కొన్ని నిముషాలపాటు రాజ్యం చేసింది. చివరికి అతను నిశ్శబ్దాన్ని చెదరగొడుతూ–

"నిజంగానే నేను చాలా సంతోషంగా ఉన్నాను. బహుశా ఈ మాట మీకు వెంటనే

అర్థం కాకపోవచ్చు. ఎందుకంటే మీరు నన్ను మీ దృష్టితో, మీకు కనిపిస్తున్న కోణంలోనే చూస్తారు. లేదా ఇతరుల దృష్టితో వారికి కన్పించే విధంగానే చూస్తారు. నాకు నేను కనిపించే దృష్టితో మీరు నన్ను చూడరు. నేను నా కల్పనలో ఎలా ఉంటానో మీరు గమనించరు. అయితే నాకు మాత్రం అదే వాస్తవం ! నేను చిత్రకారుడినై ఉండివుంటే నా నిజమైన చిత్రాన్ని గీసి మీకు చూపించి ఉండేవాడిని. నేను బీదవాణ్ణి కాదు. అలా అని ఐశ్వర్యంలో మునిగి తేలుతూ ఉన్నవాణ్ణి కాదు. అయితే నేను ధరించే దుస్తులు మీ దుస్తుల ఖరీదుకు తీసిపోవు. నా చిటికెన వేలికి ఉన్న అమూల్యమైన రత్నపుటుంగరం ఓ మిత్రుడు తన గుర్తుగా నాకు ఇచ్చిన బహుమతి" అని అంటూ అతను ఉంగరం లేని వేలును నా ముందుకు తెచ్చి, వెన్నెల కాంతిలో దాని ప్రకాశాన్ని నాకు చూపటానికి ప్రయత్నిస్తున్నట్టు వేలిని అటూ ఇటూ తిప్పుతూ మళ్ళీ తన మాటలు కొనసాగించాడు.

"నేను నివసిస్తున్న బంగళా చిన్నదే అయినా చాలా అందమైంది. ఆ బంగళాలో నేను ఒంటరిగా ఉండటం లేదు" అతను ఓ క్షణం మవునం వహించాడు. ఆ తరువాత నా వేపు చూస్తూ "ఆ బంగళాలో నేను ప్రపంచంలోకెల్లా అత్యంత సౌందర్యవతియైన స్త్రీతో కలసి జీవిస్తున్నాను" అన్నాడు.

అతన్ని బాధించకూడదనే అభిప్రాయం మనస్సులో ఉన్నా "మీ వేలికున్న ఉంగరం ఎంత సత్యమో, ఆ బంగళా, ఆ ప్రపంచ సుందరి కూడా అంతేనా?" కొంత వ్యంగ్యంగా అన్నాను.

నా మాటలకు అతను కోపగించుకోలేదు. కేవలం ఓ సారి విచిత్రంగా భుజాల్ని కదిలించాడు. ఆ తరువాత అన్నాడు-

"నిజం అంటే ఏమిటి? నా 'కల్పన' ఎందుకు నిజం కాకూడదు. నా మాటలు నమ్మండి ... నేనో కవిని ! నన్ను అర్థం చేసుకోవటానికి కాస్త ప్రయత్నించండి. నేనేదో ఊహించుకోవటం లేదు. నేను కల్పనలోనే జీవిస్తున్నాను. మరే విధంగానూ జీవించటం లేదు. ఈ కల్పనా జీవితాన్ని వదిలితే నా పాలిట దేనికీ అస్థిత్వం లేదు. నేను చెప్పిన బంగళా నిజంగానే ఉంది. ఆ బంగళాను ఎలా అలంకరించానో మాటల్లో చెప్పలేను. అపూర్వమైన వస్తువులను సేకరించడం నా హాబీ. నా డ్రాయింగ్ రూం అలా సేకరించిన అపురూపమైన వస్తువులతో నిండిపోయింది. నా కల్పనలో నా బంగళా ఓ సారి ఒకలా మరోసారి మరోలా ఉంటుందని మీరు భావిస్తే మీరు పొరబడినట్టే. నా 'కల్పన'లో ఆ బంగళా ఎప్పటికీ ఒకే విధంగా ఉంటుంది. అందువల్ల అది నాకు వాస్తవం ! ఒకే దృష్టిలో దానికి అస్థిత్వం ఉంది. నేను తాత్కాలికంగా అక్కడక్కడ గడిపిన కొన్ని స్థలాలు శాశ్వతమని నేను భావించటం లేదు. ఓ సారి ఓ రాత్రిని గడపటానికి బ్రిడ్జి కింద స్థలాన్ని ఎన్నుకున్నాను. నా మటుకు అది ఖచ్చితంగా వాస్తవం కాదు. ఈ స్థలాలు మారుతూ

ఉంటాయి. అందువల్ల ఇవేవీ నా దృష్టిలో వాస్తవాలు కావు. ఇవన్నీ ఒట్టి దృశ్యాలు మాత్రమే ! అయితే నా చిన్ని బంగళా, నా అమూల్యమైన వస్తువులు, ఇవన్నీ నా కల్పనలో ఉన్నా, నా దృష్టికి గోచరించటం వల్ల ఇవే నాకు యధార్థాలు. వాటిని చూడటానికి మీకు సాధ్యం కాకపోవచ్చు. వాటి ఉనికి పట్ల మీకు నమ్మకమూ ఉండకపోవచ్చు. అయినా నా నమ్మకం మారదు. ఇక నా చేతి వేలికి ఉన్న రత్నపుటుంగరం విషయానికి వస్తే నాకు మాత్రం అది ఉందనే అనిపిస్తుంది. ఆ ఉంగరం నా వేలికి ఉండటంలో నాకెలాంటి సందేహం లేదు. అది వెన్నెల్లో మెరిసిపోతోంది. ఇక బంగళా అంటారా? నా బంగళా వేసవిలో చల్లగా ఉంటుంది. చలికాలంలో వెచ్చగా ఉంటుంది. నా భార్య ...” అతను నా దగ్గరికి జరిగాడు. నేను కదలకుండా అలాగే కూర్చున్నాను.

“ఆమె సన్నగా, తెల్లగా, అప్సరసలా ఉంటుంది. సామాన్యంగా ఆమె తెల్లచీరలే కట్టుకుంటుంది. ఆ చీర కుచ్చిళ్ళు ఆమె చుట్టూ నృత్యం చేయటం చూడాల్సిందే. ఆ అద్భుత దృశ్యాన్ని, అందులోని అందాన్ని నేను వర్ణించలేను. బహుశా ఆమె అందగత్తె కాకపోవచ్చని మీరు భావించివుండొచ్చు. అయితే ఆమె చుక్కల్లో జాబిల్లివంటిది. ఆమె కళ్ళు బంగారంలా కాంతివంతంగా ఉంటాయి. నేను వాటిని ముద్దు పెట్టుకోగానే అవి మెరుపుల్లా వెలుగులు విరజిమ్ముతాయి. ఆమె బాహువుల్లో నేను అనుభవించిన సుఖాన్ని దేనితోనూ పోల్చలేను. ఆమె ప్రేమ సదా నన్ను ఆనందలోకాలకు తీసుకెళుతుంది. సామాన్యుడికి అదొక భరించలేని అనుభవం. నేనెంతో సుఖంగా ఉన్నా నన్ను ఒకే ఒక కొరత వేధిస్తోంది...” అతను ఆగాడు.

“ఏమిటది?” కుతూహలంగా అడిగాను.

“నమ్మకద్రోహం !ఆమె పదే పదే నన్ను మోసం చేస్తుంటుంది”

“ఆమె మిమ్మల్ని మోసం చేస్తుందా?” ఆశ్చర్యపోతూ అన్నాను. ఓ క్షణం ఆలోచనలో పడి మళ్ళీ అన్నాను.

“అయినా అందుకు తగిన పరిష్కారం మీ కల్పనలోనే లభిస్తుంది. ఆమె మిమ్మల్ని మోసగించలేదన్నట్టు ‘కల్పన’ చేసుకుంటే చాలు కదా !”

అతను నా వేపు జాలిగా చూస్తూ అన్నాడు.

“కల్పనలో జీవించటం అంటే ఏమిటో మీకింకా తెలియదు. మనస్సుకు తోచినట్టు కల్పించుకోవచ్చని మీరనుకుంటున్నట్టున్నారు. అదే మీ పొరబాటు. నా ‘కల్పన’ దాని విధి లిఖితానికి లోబడి ఉంటుంది. నేను నా ‘కల్పన’కు విధిబద్ధమైన ‘వాస్తవాన్ని’ మాత్రమే కల్పించగలను. ఆ స్త్రీని సృష్టించి నా ‘కల్పన’లో భాగస్థురాలిని చేశాక ఆమె నన్ను మోసం చేయటమే అందులోని వాస్తవికత. నిరంతరంగా...ఎప్పుడూ... అందరితోనూ...దార్లో పోయే ప్రతీవారితోనూ...అయ్యో ! నేను అనుభవిస్తున్న వేదన

మీకు తెలియదు. మంచివాడో, దుష్టుడో, కార్మికుడో, యువకుడో, ముసలివాడో, ధనికుడో, బీదవాడో ఎవడైనా కానివ్వండి. ఆమె దృష్టిలో పడగానే ఆమె వాళ్ళని లోపలికి పిలిచి వాళ్ళతో కలిసి నన్ను మోసం చేస్తుంది. అటు తరువాత నేను ఆ విషయాన్ని గూర్చి ప్రశ్నిస్తే తనకే పాపం తెలీదంటుంది. ఏవేవో అబద్ధాలు చెబుతుంది. ఎన్నెన్నో కట్టుకథల్ని సృష్టిస్తుంది. ఎలాగోలా నన్ను సాంత్వనపరుస్తుంది. ప్రేమను పంచుతుంది. కౌగిలించుకుని ప్రేమ మైకంలో నన్ను ముంచివేస్తుంది. అంతే ! నేను మళ్ళీ ఆమె 'సేవకుడి'గా మారిపోతాను. నా జీవితం రెండు విషమ బిందువుల మధ్య ఏ విధంగా తిరుగుతూ ఉంటుందో మీరు ఊహించలేరు. ఓ వేపు హద్దు మీరిన ఆనందం, మరో వేపు అంతులేని నిరాశ. వీటి మధ్య చిక్కుకుని నేను ఉక్కిరిబిక్కిరి అవుతున్నాను. ఆమె నన్ను మోసగిస్తోందని నాకు తెలిసింది. ఆమె ఆత్మ 'బురద'లా మలినమయ్యిందని నాకు అర్థమయ్యింది. అయితే శృంగారంగా అలంకరింపబడ్డ శయ్యాగృహంలో, ఏకాంతంలో ఆమె తన మృదువైన బాహువులలో నన్ను బంధించటమే ఆలస్యం నా నోటికి మూగతనం వచ్చేస్తుంది. ఆమెను దూషించటానికి పదాలే లేవనిపిస్తాయి. ఆమె అప్సరస రూపంలో ఉన్న క్షుద్ర మంత్రగత్తె అనిపిస్తుంది. నాకు మందో మాకో పెట్టినట్టనిపిస్తుంది. నా మీద ఏ మంత్రమో ప్రయోగించినట్టనిపిస్తుంది. హఠాత్తుగా ఆమె ఒక్కోసారి నన్ను స్వర్గానికి తీసుకెళుతుంది. మరుక్షణం పాతాళంలోకి విసిరేస్తుంది. ఇంతైనా, ఎంత దుఃఖంతో బాధపడుతున్న ఆ స్వర్గసౌఖ్యాన్ని పదే పదే అనుభవించకుండా ఉండలేను. నిజానికి నాకు చాలా మంది స్త్రీలతో పరిచయం ఉంది. అయితే ఏ స్త్రీ కూడా ఈమెలా నాకు సుఖాన్ని ఇప్పటి వరకు అందివ్వలేదు. అసలు భూమి మీద ఇక్కడే స్వర్గం ఉంది. ప్రతీ దినం, ప్రతీ రాత్రి ఆత్మ, ఇంద్రియాల సమ్మేళనం వల్ల ఉత్పన్నమయ్యే భోగమే స్వర్గం. అది క్షణం మాత్రమే. మిగిలిన సమయమంతా దుఃఖం, నిరాశలతో కూడుకున్నది. అదే నరకం ! కల్పనా ప్రపంచంలో జీవించ బంధువులతోనూ, మిత్రులతోనూ కలసి ఏ మాత్రం సారం లేని అతి చప్పని జీవితాన్ని సాగిస్తున్న 'మీరు' నేను అనుభవించే ఆనందాన్ని కానీ లేదా దుః ఖాన్ని కానీ, లేదా రెండింటి వ్యత్యాసాన్ని కానీ అర్థం చేసుకోలేరు"

లోతుకుపోయిన ఆతని కళ్ళల్లో ఉద్రేకం ఉరకలు వేస్తోంది. ఆతను తన పొడవైన 'కవి వ్రేళ్ళ'ను నలుపుకుంటూ సుఖపు జ్ఞాపకం వల్లనో లేక దుఃఖంతోనో చిన్నగా మూల్గాడు. ఆ తరువాత ఉద్వేగపురితమైన స్వరంతో అన్నాడు–

"దీనికి ఒకే ఒక ప్రత్యామ్నాయం ఉంది. అదేమిటంటే... ప్రతీకారంగా నేను కూడా ఆమెను మోసం చేయడం. వీలైనంతమంది స్త్రీలను నా చుట్టు చేర్చుకుని, ఊహూ (! అందులోనూ ఓ ఇబ్బంది ఉంది. ఎందుకంటే ఆమె మిగతా వారందరికన్నా శక్తిమంతురాలు. ఆమె మోహినిలా గాలిలో తేలుతూ వచ్చేస్తుంది. మూసిన తలుపులగుండా

దూసుకొచ్చేస్తుంది. ఇతర స్త్రీలను నేను కౌగిలించుకోవాలని అనుకున్నప్పుడు ఆమె హఠాత్తుగా మా మధ్య ప్రత్యక్షమవుతుంది. అప్పుడు విధిలేక నేను ఆమెనే కౌగిలించుకోవాల్సి వస్తుంది. చివరికి ఆమెనే నేను నా కౌగిట్లోకి తీసుకుంటాను. అవును, ఎప్పుడూ ఆమెనే ! ఆయితే ఈ రోజు నా బాధ మరింత తీవ్రమైంది. ఈ రాత్రికి అన్నీ మరిచిపోయి భారీ ఎత్తున విందు భోజనాలు ఏర్పాటు చేయాలి. కామినులు, విలాసినులు... అయితే ఒక విషయం ...”

అతను కాలర్ లేని తన మురికి అంగీపై వేసుకున్న చిరుగులు పడ్డ కోటు జేబులోకి చేయివేసి ఏదో వెతుకుతున్నట్టు చేస్తూ అన్నాడు–

“ఈ రోజు రాత్రికి నేననుకున్నది సాధ్యపడేట్టులేదు. ఎందుకంటే నేను డిన్నర్ జాకెట్ వేసుకున్నప్పుడు పర్స్‌ను జేబులో వేసుకుని రావటం మరిచిపోయాను. ఇప్పుడీ పార్టీ ఏర్పాటుకు రెండువేల ‘గిల్డర్’లైనా కావాలి”

“ఆంతేనా? బహుశా నేను మీకు సహాయపడగలను. మీ మీ దుఃఖాన్ని మరవటమే మాకు కావాలి. ఈ ఒక్క రాత్రికైనా మరో ప్రేయసితో గడిపి ఆ మాయలాడిని మీరు మరవటం ఎంతో అవసరం. అయితే అందుకు మీకు డబ్బు కావాలి. చాలా డబ్బు కావాలి. కాబట్టి మీకు నేను అయిదువేల గిల్డర్‌లు అప్పుగా ఇస్తున్నాను. అందమైన ఏ సాయంకాలమైన మీరు ఆ సొమ్మును నాకు తిరిగిచ్చెయ్యవచ్చు” అంటూ నేను జేబులో చేయి వేసి వెదికి ఓ నోటు తీసి అతనివేపు చాపాను.

అతను ఓ క్షణాం నా వేపు అనుమానంగా చూశాడు. తర్వాత ఆ ‘ఐదు’ నోటును అందుకుని అత్యంతత భావుకతతో అన్నాడు–

“ధన్యవాదాలు ! మీకూ మిగతావారికి ఎంతో తేడా ఉంది. మీరు బుద్ధిహీనులు కారు. మందమతులూ కారు. ప్రయత్నిస్తే మీరూ మీ కల్పనా లోకంలో జీవించవచ్చు. నా మాటల్ని విశ్వసించండి. వాస్తవిక ప్రపంచంలో ఓ రోజు నుంచి మరో రోజులోకి కాలు పెట్టడం కంటే కల్పనా ప్రపంచంలో జీవించటం అతి తీవ్రమైన మహత్యంతో కూడుకున్న ఘనీభూతమైన అనుభవం; మీరు నాకు ఐదు నోటిచ్చారు. లేదు... లేదు... ‘ఐదు వేలు’ విలువ చేసే నోటు ఇచ్చారు. ఈ పని చేసి మీరు ఆ స్వర్గలోకపు దారిలోకి మీ మొదటి అడుగును వేశారు. మీ ‘కల్పన’ మిమ్మల్ని స్వర్గానికి తీసుకెళ్లినా, నరకానికి తీసుకెళ్లినా పశ్చాత్తాప పడకండి. మీరు బతకగలరు. అదిగో అక్కడ కనిపిస్తున్న వాళ్ళంతా ...” అంటూ సముద్రతీరంలో ఇసుకలో అటూఇటూ తిరుగుతున్నవారిని చూపిస్తూ, “హూ ! బతికిన శవాల్లా ఉన్నారు!” అన్నాడు.

తిరస్కారపూర్వకమైన ఓ నవ్వు నవ్వి అతను లేచి నుంచుని, “మనం మాత్రం సజీవ చైతన్య మూర్తుల్లా ఉన్నాం. మనం బతికే ఉన్నాం. మనం ...కవులం...” అన్నాడు

మళ్ళీ.ముఖంలో గర్వాన్ని ప్రదర్శిస్తూ ప్రదర్శిస్తూ అతను తన పాత మురికి టోపీని పైకెత్తి నాకు నమస్కారం చేశాడు.

ఆతని తల మీది జుత్తు పూర్తిగా తెల్లబడింది.

వయోభారంతో వొంగిపోయిన ఆ వృద్ధుడు తడబడుతున్న అడుగులతో వెన్నెల్లో వెలిగిపోతున్న సముద్రం వేపు నెమ్మదిగా కదిలాడు.

*****

(విపుల, మాసపత్రిక)

బల్గేరియా కథ : ఇవాఇలా పెత్రోవా

అమ్మ

అది ఇరుకైన కొండ లోయలోకి మళ్ళీ వస్తోంది.

తన పిల్లలకు చనుపాలు ఇస్తుండటం వల్ల బాగా కృశించింది.

దాని కళ్ళు ఆకలితో నిప్పు కణికల్లా మండుతున్నాయి.

తనకు దొరికిన ఆహారాన్నంతా అది పిల్లలకే పెట్టేది. అందు వల్లే ఈ ఆకలి.

దానికి ఆరుపిల్లలు. వాటి ఎదుగుదల చాల వేగం. వాటికి రోజు రోజుకూ తగ్గని ఆకలి. అవి సహనం కోల్పోయి కుంయ్ కుంయ్‌మంటూ నివాస స్థలం నుంచి బయటికి వచ్చేవి. అది ఓ గుర్రం ఎముక ముక్కను ఇచ్చి వాటి దృష్టిని మరో వేపుకు మరలించేది. అటు తరువాత ఆహారం కోసం బయలుదేరేది.

నురుగులు కక్కుతూ ప్రవహించే కాలువలను దాటి దట్టంగా పెరిగి చెట్ల మధ్య అడివిలో దారి చేసుకుంటూ సద్దు చేయకుండా దొంగలా నడిచేది. ఆ సమయంలో కొండ కింద మైదాన ప్రదేశంలో కలిగే శబ్దాలను వినటానికి దాని చెవులు చురుగ్గా నిగడి ఉండేవి.

అక్కడొక పల్లె ఉంది.

పల్లె పక్కనే గొర్రెల కొట్టం.

కొండ లోయలోని చిన్న చిన్న పొదల మధ్య గొర్రెలు మేసేవి.

మొదటిసారి అది దాడి చేసింది నిప్పులు కక్కే మధ్యాహ్న సమయంలో. దౌర్జన్యంగా అది ఓ గొర్రె గొంతును కరిచిపట్టుకుని తన వీపు మీదికి లాక్కుంది. గొర్రెల మంద భయపడ్డది. పొదమాటున ఉన్న కుక్కలు మొరిగాయి. చప్పున అవి దాన్ని అన్ని వేపులా నుంచి కమ్ముకున్నాయి.

కొద్దిసేపటి తరువాత గొర్రెల కాపరులు పరుగెత్తుకుంటూ వచ్చారు.

"తోడేలు వచ్చింది, తోడేలు" అని కేకలు వేస్తూ కుక్కలను దాని మీదికి ఉసిగొల్పారు.

ఆ ఆడతోడేలు కష్టపడి తప్పించుకుని కొండను చేరింది.

ఓ గడ్డి మైదానం దగ్గర నుంచుంది.

గొర్రె వేడి రక్తం ఇంకా దాని నాలుకకు అంటుకుని ఉంది.

ఆకలితో అది ఊళ వేస్తూ రక్తాన్ని నాకింది.
చాలా సార్లు ఇలాగే జరిగేది.
అది అనేక గంటల కాలం మాటువేసి గొర్రెల మంద సమీపంలోనే తచ్చాడేది.
ఆకలి వల్ల, ఆశ వల్ల దుర్బలంగా ఉండేది.
అది దూరంలో వస్తుండగానే కుక్కలు దాని వాసనను పసిగట్టేవి.
గొర్రెల కాపరులు జాగ్రత్తగా ఉండేవారు.
ఆ సాయంత్రం అది మళ్ళీ అడివి అంచుకు వచ్చి దాగి కూర్చుంది.
సూర్యుడు మునిగి చాలా సేపయింది.
గొర్రెల గొంతులోని చిరుగజ్జెలు అప్పుడప్పుడు మోగుతున్నాయి.
గొర్రె పిల్లలు అరుస్తున్నాయి.
కుక్కలు పడుకుని ఉన్నాయి.
మైదానం వేపు నుంచి అడివి వేపు నుంచి గాలి వీస్తోంది.
ఆ కారణంగా కుక్కలకు దాని వాసన తెలియలేదు.
అది అడివి నుంచి మెల్లగా బయటికి వచ్చి గొర్రెల మందను సమీపించింది.
గొర్రెల మంద ప్రమాదాన్ని శంకించి మేల్కొంది.
అయితే ఆకలి మీద ఉన్నందున దానిలో జాగురూకత తగ్గింది.
అది కంచె మీది నుంచి దూకింది.
ఆ దూకటంలో తల కిందులై దాని వీపు దబ్బున నేల మీద పడింది.
పిడుగులా ఏదో వచ్చి దాని ఎదను గుద్దినట్టయ్యింది.
అయినా అది సంభాళించుకుని లేచి వెనక్కు పరుగుతీసింది.
దాని కుడి కాలు దాని శరీరంలోంచి ఊడి వచ్చి వేలాడసాగింది.
అది తన నివాసాన్ని సమీపించే సమయానికి అర్ధరాత్రి అయింది.
తన పిల్లలను గుర్తు తెచ్చుకుంది.
పిల్లల కోసం చావుకు అది సులభంగా లొంగాలని అనుకోలేదు.

అవి దూరం నుంచే తల్లి వాసనను పసిగట్టి ఒకదాని తరువాత ఒకటి బయటికి వచ్చాయి.

అవీ తల్లి తమకు తెచ్చే ఆహారం కోసం ఆరాటపడుతూ గుర్‌గుర్‌మంటూ తల్లి మీద పడ్డాయి.

అయితే నేల మీద పడివున్న తల్లి తోడేలుకు వాటిని చివరిసారి ముద్దాడటానికి కూడా శక్తి ఉండలేదు.

అవి ఉద్రేకంగా గుర్‌గుర్‌మంటూ తల్లి వొంటి మీదంతా పారాడాయి.

తల్లి తోడేలు తల ఎత్తి ఓ చర్మపు ముక్క వల్ల దేహానికి తగులుకుని వేలాడుతున్న తన గాయపడ్డ కాలిని తన పళ్ళతో లాగి ఒక పిల్ల నోటికి అందించింది.

ఆ పిల్ల రక్తాన్ని నాకుతూ కాలును గబగబా తినసాగింది.

మిగిలిన పిల్లలు అసహనంతో దాని మీదికి దూకాయి. అవి వెంటనే ఒకదాని మీదొకటి పడి కుమ్ముకోసాగాయి. ఒకదాని మీద ఒకటి పడి బంతుల్లా దొర్లుతున్నాయి.

ఆడతోడేలు ప్రాణ దీపం ఆరిపోసాగింది.

అయితే అడివితనపు సహజ దుడుకుతనం వల్ల, పిల్లల మీది ప్రేమ వల్ల, జీవితపు ఈ చివరి క్షణాల్లో అది తన దేహాన్నే పిల్లలకు అర్పించింది. చివరి ఊపిరి వొదిలే వరకు దానికి తన బిడ్డలదే ఆలోచన. వాటికి ఆహారం ఇచ్చి వాటిని ఊరకుండేలా చేయాలని, లేకపోతే ఏదో ఒక నక్క వాటి మీద పడవచ్చని ఆ క్షణంలోనూ వ్యధ చెందుతోంది.

పిల్లలు మాత్రం తమలో తాము గుర్‌గుర్‌మంటూ పోట్లాటను కొనసాగిస్తున్నాయి.

ఆ తల్లి తోడేలు తనను తానే వాటి దగ్గరికి లాక్కుని వచ్చి, తన కాలి జీవంతమైన భాగాన్ని వాటి నోళ్ళలోకి దూర్చింది.

ఆ తరువాత...

దాని తల వాలిపోయింది.

దాని కళ్ళు మూతలు పడ్డాయి.

అనేక రాత్రులు దానికి దారి చూపిన నక్షత్రాలు ఆ దృశ్యాన్ని చూడలేక మబ్బు చాటున మరుగయ్యాయి.

వేటాడటానికి ఆహారపు మధుర సువాసనాలను మోసుకొచ్చే గాలి కుంగిపోయింది.

గోడలే లేని దాని విశాల గృహమైన ప్రకృతి అంతా దట్టమైన చీకట్లో మునిగింది.

ఆ చీకట్లోనే పడివుండి తన దేహం పీలికలు పీలికలు కావటాన్ని అనుభవిస్తూ అది తన పిల్లల దేహంలో ప్రవహించింది.

దాని ప్రాణంలో వాటి ప్రాణాల్లో లోనమై పోయింది.

*****

(విపుల, మాసపత్రిక ఏప్రిల్ 2012)

స్విట్జర్లాండ్ కథ : సాలోమన్ గెస్నర్

అసూయ

అసూయలాంటి నీచమైన భావన మరొకటి లేదు.

అది మానవ హృదయంలో దాగి ఉండే విషసర్పంలాంటిది.

ఈ వాస్తవం అలెక్స్‌కు ఆలస్యంగా అర్థమైంది.

అదీ అతను అసూయకు 'కన్నీటి పరిహారాన్ని' చెల్లించిన తరువాతనే.

అతను డాఫ్నేను ప్రేమిస్తున్నాడు. ఆమె కూడా అతడిని ప్రేమిస్తోంది.

ఇద్దరూ సుందరరూపులే.

అతను గోధువ వర్ణంలో పురుషత్వం మూర్తీభవించిన మగవాడు.

ఆమె చెంగు చెంగున గంతులేసే లేడిపిల్లలా హుషారైన అమ్మాయి.

తెలతెలవారే సమయాన విచ్చుకునే మొగ్గలాంటి ముగ్ధ ఆమె.

వాళ్ళిద్దరూ తమ ప్రేమ గురించి ఎన్నో కలలు కన్నారు.

సూర్యచంద్రులు ఉన్నంత వరకు తమ ప్రేమ నిలిచే ఉంటుందని బాసలు చేసుకున్నారు.

వీనస్ మొదలైన ప్రేమ దేవతలందరూ వారి పట్ల దయ చూపారు.

వారి ప్రేమ పాత్ర నిండి, పొంగి ప్రవహించేది.

ఒక రోజు అలెక్స్ తండ్రి కొడుకుని తన దగ్గరికి పిలిచాడు. చాలా రోజులుగా జబ్బుతో మంచం పట్టిన అతను, ఈ మధ్యనే కోలుకున్నాడు. కొడుకు వేపు చూస్తూ, "బాబూ ! నువ్వు నాదొక మొక్కు తీర్చాలి నాయనా. ఆరోగ్య దేవతకు ఆరు గొర్రెల్ని బలి ఇస్తానని మొక్కుకున్నాను. వాటిని దేవాలయానికి తీసుకెళ్ళి మొక్కు తీర్చిరా" అన్నాడు.

అది రెండు రోజుల ప్రయాణం.

తన ప్రియురాలిని విడిచి వెళ్ళేటప్పుడు అలెక్స్ కళ్ళు నీళ్ళతో నిండాయి.

ఏదో దీర్ఘ కాలం సముద్ర ప్రయాణాన్ని సాగిస్తున్నవాడిలా విలవిల్లాడిపోయాడు.

నది ఒడ్డున ఉన్న విల్లో చెట్లు గాలికి ఊగుతూ నిట్టూర్పులు విడుస్తున్నట్లు అనిపించింది.

అతను గొర్రెల్ని తోలుకుని నిర్లిప్తంగా నడుస్తూ ముందుకు పోయాడు.

ఎలాంటి ధ్యాస లేకుండా పొలం పుట్రలు దాటాడు.

చుట్టూ సుందర ప్రకృతి దృశ్యాలు ఉన్నా అవేవి అలెక్స్‌ను ఆకర్షించలేదు.

అతని హృదయంలో 'ప్రేమ'కు మాత్రమే స్థానం ఉంది. ప్రతీక్షణం అతని కళ్ళ ముందు ప్రియురాలి రూపమే వచ్చి నుంచునేది. ఒకసారి ఆమె తన ఇంట్లోనే ఉన్నట్లు, మరోసారి పెద్ద కొండరాతి కింద కొలను ఒడ్డున కూర్చున్నట్టు, తనను పేరుతో పిలిచినట్టు అలెక్స్ ఊహాలోకంలో కలలు కనేవాడు. ఆ కలల నిండా అతని ప్రియురాలే రకరకాలుగా దర్శనమిచ్చేది.

గొర్రెలు ముందుకు సాగుతూ ఉంటే, వాటి వెనుక అతను నెమ్మదిగా అడుగులు వేయసాగాడు. అవి జింకల్లా గంతులేస్తూ వెళ్ళటం లేదే అని అలెక్స్ చిరాకుపడ్డాడు. చివరికి ఎలాగోలా దేవాలయం చేరాడు.

గొర్రెల్ని బలి ఇచ్చాడు.

ఆ తర్వాత అలెక్స్ రెక్కలు కట్టుకున్నవాడిలా వెంటనే ఇంటికి బయలుదేరాడు.

అయితే దారిలో అతని కాలికి ఒక ముల్లు గుచ్చుకుంది. నొప్పి వల్ల అతను అడుగు ముందుకు వేయలేకపోయాడు. ఎలాగోలా ప్రయాసపడి దగ్గర్లో ఉన్న ఒక గుడిసెను చేరుకున్నాడు. ఆ గుడిసెలో ఉన్న వృద్ధ దంపతులు అతడిని ఆదరించి, గాయానికి మూలికల రసాయనాన్ని పూసి, ఉపచారం చేశారు.

నేను ఎంత దురదృష్టవంతుడ్ని అని అతను తనలో తనే అనుకున్నాడు.

గడుస్తున్న ఒక్కొక్క నిముషమూ అతనికి ఒక్కొక్క యుగంలా తోచేది.

అది చాలదన్నట్టు ఓ నిర్దయురాలైన దేవత, అతని హృదయంలో 'అసూయ' అనే విత్తనాన్ని నాటింది.

డాఫ్నే వల్ల విశ్వాసఘాతుకమా? అది అశుభకరమైన ఆలోచన అని అతను తనకు తానే చెప్పుకున్నాడు. అయితే అమ్మాయిలను అర్థం చేసుకోవడం ఎలా? వారి విషయాలను ఎలా కనుక్కోగలం? ఆమెను చూసిన మగవాళ్ళు ఆమెను కోరుకోకుండా ఉండగలరా? ఆమె పొరుగింట్లోనే ఉన్న డేఫిన్, చాలా కాలం నుంచి ఆమె కోసం తపించిపోతున్నాడు. డెఫిన్ పాటను విన్నవాళ్ళు, అతడ్ని మోహించకుండా ఉండగలరా?

అతనిలా మురళి వాయించేవారు ఇంకెవరున్నారు? అతని ఇంటికి, డాఫ్నే ఇంటికి మధ్య దూరం ఉండీ లేనంత చిన్నది. అయ్యో! ఈ పాడు ఆలోచనలు తనను ఎందుకు వేధిస్తున్నాయి? అని అతను తల బాదుకున్నాడు.

అయితే 'అసూయ' లోతుగా తన వేళ్లను పొదిలింది. రాత్రీపగలూ అతడిని పీడించసాగింది.

డేఫిన్‌ను కలవటానికి డాఫ్నే చెట్ల నీడల్లో కొలను దగ్గరికి వెళ్లినట్లు, డేఫిన్ తన ప్రేమను తన గానంతో ప్రవహింపజేసినట్టు, ఆమె కోరికలు నింపుకున్న కళ్ళతో అతడినే

చూస్తున్నట్టు, ఆమె గుండెలు అతని కోసమే స్పందిస్తున్నట్టు -రకరకాల కలలు ! చెట్ల నీడల్లో డాఫ్నే నిద్రపోతున్నట్టు, దొంగలా అడుగులు వేస్తూ డేఫిన్ ఆమెను తన దృష్టిలో దహించివేసినట్టు, ఆమెకు మెలుకువ రాకుండా జాగ్రత్త పడుతూ ఆమె చేతిని ముద్దుపెట్టుకున్నట్టు; ఆమె బుగ్గల్ని ముద్దాడుతున్నట్టు, పెదవులను చుంబించినట్టు -భయంకరమైన కలలు !

'అయ్యో ! నేనెంతటి పాపాత్ముడిని. నాకెందుకు ఇలాంటి నీచమైన ఆలోచనలు వస్తున్నాయి? ఆమె గురించి ఇలా ఆలోచించి, ఆమె ముగ్ధ స్వభావానికి కళంకాన్ని పూయటం నాకు తగునా?' అని అనుకుంటూ అతను తనను తాను గట్టిగా దూషించుకున్నాడు.

కొన్ని రోజులు గడిచాయి.

అతని మనసులో పుట్టిన అసూయ చేసిన గాయం నయం కాలేదు.

వృద్ధ దంపతులు మరికొన్ని రోజులు ఉండమని అతన్ని పలురకాలుగా వేడుకున్నారు. అయితే, అతను అక్కడ నిలువలేకపోయాడు. వారికి కృతజ్ఞతలు చెప్పి, అక్కడి నుంచి బయలుదేరాడు. సాధ్యమైనంత వేగంగా అడుగులు వేయసాగాడు.

అతను తన ప్రియురాలి ఇంటి దగ్గరికి వచ్చేసరికి చీకటి పడింది.

దూరాన అడివిలో కప్పబడిన కొండ వెనుక, పూర్ణ చంద్రుడు ఉదయించాడు.

అతను చెడు ఆలోచనలను తన తలలో నుంచి తీసేశాడు.

ఇప్పుడు తన ప్రియురాలిని చూసి ఆనందబాష్పాలు కురిపించాలి అని అనుకుని, తన అడుగుల వేగం పెంచాడు.

దూరం నుంచే ఆమెను గుర్తించాడు.

అవును ఆమే !

ఇంటి నుంచి బయటికి వస్తోంది.

గులాబీ మొక్కల దారిలో నడిచి వస్తోంది.

అతనికి ఆ దారి బాగా తెలుసు.

ఆ తీగలాంటి సన్నని శరీరం, అందమైన ఆకారం, వయ్యారమైన నడక, తెల్లటి వస్త్రాలు-భగవంతుడి సాక్షిగా అది డాఫ్నే కాకుండా మరొకరు కావటానికి అవకాశమే లేదు అని అలెక్స్ అనుకున్నాడు.

ఈ రాత్రివేళ ఆమె ఎక్కడికి బయలుదేరింది? వయసులో ఉన్న అమ్మాయి ఇలా తిరగటం మంచిది కాదు. బహుశా తనను చూడాలనే ఆశతో వస్తున్నదేమో? అయితే ఆమె వెనుక పరుగెత్తుకుంటూ వస్తున్నదెవరు? అరె... ఆమె నవ్వుతూ అతని చేతిని తన చేతిలోకి తీసుకుందే. అతను, ఆమెకు బుట్ట నిండా పువ్వులు ఇచ్చాడు. ఆమె సమ్మోహనంగా

తల ఊపి, అతని భుజాల మీద తలవాల్చింది. ఇప్పుడు వాళ్ళిద్దరూ జంటగా వెన్నెల్లో నడుచుకుంటూ వస్తున్నారు.

భయంతో అలెక్స్ రాతిస్తంభంలా నుంచున్న చోటే బిగుసుకుపోయాడు.

ఆపాదమస్తకం కంపించిపోయాడు.

తను చూసిన కలలన్నీ అబద్ధాలు కాలేదు. కరుణామయురాలైన ఓ దేవత, తనకు ముందుగానే సూచన ఇచ్చి, దీని దుష్పరిణామాన్ని తగ్గించింది. అయితే ఓ దేవతా ! వీరిపై పగ తీర్చుకోవటానికి నాకు నీవు సహాయం చేయలేవా? ఈ ద్రోహులపై పిడుగులు పడాలి. అటు తరువాత, నేను నిశ్చింతగా ప్రాణాలు వొదులుతాను అని అలెక్స్ అనుకున్నాడు.

వాళ్ళిరూ వీనస్ దేవతా మందిరం వేపు సంతోషంగా మాట్లాడుకుంటూ కదిలారు.

అక్కడే కదా ఈమె అనేకసార్లు ప్రేమ బాసలు చేసింది? వాళ్ళు చెట్ల మధ్య మాయమయ్యారు.

మళ్ళీ కనిపించారు.

సిగ్గు విడిచినవారు ! చంద్రుడి సాక్షిగా తన అమర ప్రేమ ఉసురు వీరికి తగలనీ ! వాళ్ళకు దేవతలు శాపం ఇవ్వనీ ! అయితే ఇదేమిటి? కోకిల పాట, పావురపు పిలుపు, ఈ నీచుల కామానికి ఈ ప్రేరణలు ఉచితమేనా? ఇప్పుడు వీనస్ మందిరంలోకి వెళుతున్నారు. పోనీ, నేను పొంచి ఉండి వారి మాటలను వింటాను అని అతను అనుకున్నాడు.

అతను వారి కంట పడకుండా ముందుకు సాగాడు.

వారు మందిరంలోకి ప్రవేశించారు.

పాలరాతి స్తంభాలు వెన్నెల్లో మెరుస్తున్నాయి.

పవిత్ర దేవాలయంలో తమ నీచ సంబంధానికి దైవానుగ్రహం పొందాలని కోరటానికి వెళ్ళిన వీరి దుర్బుద్ధి, ఎంత క్రూరమైన? ఆమె బుట్ట పట్టుకుని వీనస్ దర్శనానికి వెళ్ళింది. ఇతను స్తంభానికి ఒరిగి, ఆమె వేపు ప్రేమపూరిత దృక్కులు విసురుతున్నాడు.

అలెక్స్ చాటుగా నుంచుని చూశాడు.

వీనస్‌కు ఆమె పువ్వులు అర్పించి , ఆమె ఇలా ప్రార్థిస్తోంది–

"ఓ దేవా ! నా ప్రార్థన ఆలకించు. ఈ పువ్వులను నీ పాదారవిందాలకు అర్పిస్తున్నాను. వాటిలో మంచు బిందువులతో పాటు నా కన్నీటి బిందువులు కూడా కలిశాయి. అలెక్స్ నన్ను వొదిలి ఆరు రోజులు గడిచాయి. ఓ కరుణామయి ! నా అలెక్స్ ఎక్కడైనా ఉండనీ, మళ్ళీ నా దగ్గరికి వచ్చేట్టు చెయ్యి. అలెక్స్ నన్ను వొదిలి వెళ్ళేటప్పుడు ఎంత గాఢంగా ప్రేమించేవాడో, వచ్చేటప్పుడూ , వచ్చిన తరువాత కూడా అంతే గాఢంగా

నన్ను ప్రేమించేటట్టు అనుగ్రహించు తల్లీ"

ఆ మాటలు విని తెల్లబోయిన అలెక్స్ దృష్టి స్తంభానికి ఒరిగి నుంచున్న యువకుడి వేపు మరలింది—

ఆ యువకుడు డాఫ్నే సోదరుడు.

తన సోదరి ఒంటరిగా గుడికి వెళ్ళటం శ్రేయస్కరం కాదని, ఆమెకు తోడుగా వచ్చిన తోబుట్టువు.

అలెక్స్ స్తంభం చాటు నుంచి బయటికి వచ్చాడు.

అతడిని చూసిన డాఫ్నే సంతోషానికి పట్టపగ్గాలు లేవు.

అలెక్స్‌లో ఓ వంక సంతోషం, మరో వంక పశ్చాత్తాపం.

తనను గాడంగా ప్రేమిస్తున్న ప్రియురాలి గురించి నీచంగా ఆలోచించినందుకు లోలోపల కుమిలిపోయాడు.

తన అసూయ తనను వేధించిందని మధనపడ్డాడు.

తరువాత ప్రేమికులిద్దరూ వీనస్ దేవతకు నమస్కరించి ప్రార్థించసాగారు.

తన ప్రియుడ్ని తన వద్దకు క్షేమంగా మరలి వచ్చేలా చేసినందుకు డాఫ్నే ఆనందబాష్పాలు రాల్చగా ...

అలెక్స్ అసూయ వల్ల తన మనసుకు పట్టిన మురికిని కన్నీటితో కడగసాగాడు.

*****

(సాక్షి ఫన్‌డే–ఆదివారం 19-06-2011)

అమెరికన్ కథ : ఎడ్గార్ ఎలెన్ పో

గుండె చప్పుడు

నన్ను పిచ్చివాడని మీరు ఎందుకు పిలుస్తున్నారు? నిజానికి నేను పిచ్చివాడిని కాను. నా జ్ఞాపకశక్తి అమోఘమైంది. నా మనసులో మెదిలే భావాలను, స్పష్టంగా వినేవారికి అర్థమయ్యేలా చెప్పగలను. ఆ సామర్థం నాకు ఉంది. అలాంటప్పుడు నేను ఎలా పిచ్చివాడిని అవుతాను?

మీకు ఒక కథ చెబుతాను. వినండి. జాగ్రత్తగా వినండి. కథలు చెప్పటంలో నా నైపుణ్యం ఏమిటో మీకే తెలుస్తుంది. ఇంతకీ పిచ్చివాడు ఈ విధంగా మాట్లాడలేడు కదా? ఇప్పుడు కూడా నన్ను పిచ్చివాడని అంటారా?

అ భావన ఎప్పుడు, ఎలా నా మనసులో, నా తలలో దూరిందో నేను ఖచ్చితంగా చెప్పలేను. ఒక్కసారి నా తలలోకి అది ప్రవేశించాక అది నిరంతరం నన్ను పట్టి పీడించసాగింది.

అతనంటే నాకు చాలా ఇష్టం. ఇంతకీ అతనంటే ఏ యువకుడో అనేకునేరు? కాదు. అతను యువకుడు కాడు. నేను అమ్మాయిని కాను. అతను ముసిలివాడు.

అతనంటే చాలా ఇష్టమని చెప్పాను కదా? అతడ్ని ద్వేషించటానికి ఎలాంటి కారణమూ లేదు. అయినా అతని చావును నేను కోరుకున్నాను. అయితే అతని చావును కోరుకునే నా కోరిక వెనుక ఏలాంటి ఉద్దేశ్యం లేదు. అతడు నాకు ఎలాంటి అన్యాయం చేయలేదు. ఎలాంటి అవమానమూ చేయలేదు. అంతే కాదు, అతను ధనవంతుడూ కాదు. అతని సొమ్మును దోచుకోవాలన్న దురాలోచన కూడా నాకు లేదు. అయినా ఎందుకో నేను అతడ్ని ద్వేషించసాగాను. అతని మరణాన్ని మనస్ఫూర్తిగా కోరుకోసాగాను.

ఎందుకని అడుగుతున్నారా? చెబుతాను. కారణం తప్పకుండా చెబుతాను. నేనలా అతడి చావు కోరుకోవటానికి కారణం అతని 'కన్ను' కావచ్చు. అతని కన్నొకటి భయంకరంగా ఉంది. దాన్ని ఎలా వర్ణించాలి? అది ఎర్రగా నిప్పుకణికెలా ఉండేది. గ్రద్ద కన్నులా ఉండేది. రక్తపు ముద్దలా ఉండేది.

ఆ కంటి చూపు నాపై పడగానే నాలో రక్తం గడ్డకడుతున్నట్టు అనిపించేది. ఆ కారణంగా నాలో క్రమక్రమంగా అతడి పట్ల అసహనమూ, ద్వేషమూ పెరిగి, పెరిగి మహావృక్షమై అతడి ప్రాణాలు తీయాలనేంత కసిగా పెరింది.

ఇప్పుడు మీరే చెప్పండి? నేను పిచ్చివాడినా? ఇంకా నేను మీకు పిచ్చివాడిగా కనిపిస్తున్నానా? ఏదో పిచ్చిలో నేను అతడ్ని చంపానని అంటారా? లేదు, లేదు, మీరు అలా బభావిస్తే అది తప్పు. మీరు పొరబడ్డారు. నేను నా పిచ్చిలో నన్ను నేనే మరిచి అతడ్ని చంపలేదు. చక్కటి స్పృహలో ఉండే, బుద్ధిపూర్వకంగానే అతన్ని చంపాలనే చంపాను. చంపిన తరువాత ఆ హత్యా రహస్యం బయటపడకూడదు కదా? అందుకు నేను ఎన్ని జాగ్రత్తలు తీసుకున్నానో చెబితే మీరు నన్ను పిచ్చివాడని అనరు, అనలేరు. పైగా నన్ను చాలా తెలివైన వాడివని ప్రశంసిస్తారు.

నేనెలా హత్య చేశానో చెబుతాను. జాగ్రత్తగా వినండి ...

అతన్ని హత్య చేయడానికి ఒక వారం ముందు నుంచే నాలో నేను ఒక చక్కటి పథకాన్ని తయారు చేయసాగాను. అప్పటి నుంచి నన్నెవరూ అనుమానించకుండా అతనిపై కపట ప్రేమను కురిపించసాగాను.

అర్ధరాత్రి పన్నెండు గంటల సమయంలో నిశ్శబ్దంగా, చప్పుడు చేయకుండా, పిల్లిలా, మెల్లగా, మెత్తగా అడుగులు వేస్తూ అతని గదికి వెళ్ళేవాడిని. చప్పుడు కాకుండా అతడి గది తలుపు తెరిచేవాడిని. నా తలను లోపలికి దూర్చడానికి వీలైనంతగా మెల్లగా తెరిచి, గదిలోపలి కాంతి కాసింతకూడా బయటికి పోనివ్వకుండా మసి పూసిన గాజుచిమ్నీ బిగించిన నల్లటి లాంతరును గదిలోకి ముందుకు చాపి, దాని వెనుక నా తలను దూర్చేవాడ్ని. ఆ పనిని ఎంత జాగ్రత్తగా చేసేవాడినో వివరించటానికి మాటలు చాలవు. అది మీరు చూడవలసిందే! మెల్లగా, మెల్లగా, మెలమెల్లగా ఆ ముసలివాడికి మెలుకువ రాకుండా ఆ తలుపు సందులోంచి నా తలను దూర్చటానికి చాలా సమయం తీసుకునేవాడిని. ఇప్పుడు మీరే చెప్పండి? పిచ్చివాడు అంత జాగ్రత్తగా వ్యవహరించగలడా?

అటు తరువాత నెమ్మదిగా ఆ లాంతరు చిమ్నీకి ఒక వైపున ఉన్న మసిని కొంచెం తుడిచి, ఒకే ఒక కాంతి కిరణం అతని గ్రద్ద కన్నుపై పడేలా లాంతరును పట్టుకునేవాడిని.

అలా ఏడు రాత్రులు చేశాను. ప్రతీ రోజు రాత్రి పన్నెండు గంటలు కాగానే ఇలా చేసేవాడిని. అయితే ఏడు సార్లు అతడి గ్రద్ద కన్ను మూసుకునే ఉంది. నా శ్రమ వ్యర్థమయ్యింది. నా ప్రయత్నం విఫలమైంది. నా ఆశ నిరాశ అయింది. అయితే మీకు మళ్ళీ ఒక విషయాన్ని గుర్తు చేస్తున్నాను. నాకు ఆ ముసలివాడి మీద ఎలాంటి ద్వేషం లేదు. నాకు కేవలం అతడి 'ఒంటి కన్ను' పట్ల మాత్రమే ద్వేషం. ఆ ఏడు రోజులూ తెల్లవారగానే అతడి గదిలి వెళ్ళేవాడిని. కుశలప్రశ్నలు అడిగేవాడిని. 'రాత్రి బాగా నిద్ర పట్టిందా?' అని అడిగేవాడిని. నా పట్ల అతడికి కాసింతైనా అనుమానం కలుగలేదు. అన్ని జాగ్రత్తలు తీసుకుంటే అనుమానం ఎలా కలుగుతుంది? ఇప్పటికైనా నేను చాలా

తెలివైనవాడినని అంగీకరిస్తారా?

ఎనిమిదవ రాత్రి జాగ్రత్తగా ఆ గది తలుపు తెరిచాను.

ఎంత మెల్లగా తెరిచానో తెలుసా? గడియారంలోని నిముషాల ముల్లు కదిలే వేగాని కన్నా తక్కువ వేగంతో ఆ తలుపును మెల్లగా కదిలించాను. ఆ తలుపు కదిలింది. ఊపిరి బిగపట్టాను. నల్లటి లాంతరును మెల్లగా లోపలికి తోశాను. దాని వెనుక అత్యంత జాగ్రత్తగా నా తలను లోపలికి వొంచాను. ఏ మాత్రం చిన్న అలికిడి కాకుండా. నా నైపుణ్యానికి, నా సఫలకు నాకెంతో సంతోషం వేసింది. గర్వంతో పెదవులు విచ్చివిచ్చునట్టు నవ్వాను.

ఏదో కదలిక !

ఉలిక్కిపడ్డాను. నా నవ్వు అతనికి వినిపించిందా? వినిపించి ఉండాలి. ఉలిక్కిపడ్డట్టు అతను మంచం మీద కదిలాడు. అప్పుడు నేనేం చేశానో ఊహించగలరా? ఏమంటున్నారు? పారిపోయానని అంటున్నారా? ఛీ, ఛీ, నేనెందుకు పారిపోవాలి? నేను పారిపోలేదు. నుంచున్న చోటనే కదకుండా నుంచున్నాను. గది కటిక చీకటితో నిండి ఉంది. అందులో నేను నల్లటి దుస్తులు వేసుకుని ఉన్నాను. అతనికి కనిపించననే ధైర్యం వల్ల నిర్భయంగా అక్కడే కదలకుండా నుంచునే ఉన్నాను.

క్షణాలు భారంగా గడిచాయి.

చిమ్నీ పైని మసిని తొలగించే పనిలో పడ్డాను.

సరిగ్గా అదే సమయంలో నా చేయి లాంతరుకు తగిలి చప్పుడయ్యింది.

మెలుకువగా ఉన్న అతనికి ఆ చప్పుడు వినిపించి ఉండాలి. అతడు గబుక్కున లేచి కూర్చున్నాడు.

“ఎవరు?”అన్నాడు.

నేను సమాధానమివ్వలేదు. నుంచున్న చోటు నుంచి కదల్లేదు. దాదాపు గంట సేపు అలాగే ఉండిపోయాను. అతనూ అలాగే కదలక మంచం మీద ఉండిపోయాడు. బహుశా అతను ఏదైనా చప్పుడు మళ్ళీ వినపడుతుందేమోనని జాగ్రత్తగా చెవియొగ్గి వింటున్నట్టున్నాడు.

అయితే అతడికి ఎలాంటి శబ్దమూ అతని చెవిన పడకుండా నేను నిశ్చలంగా నిలబడి ఉన్నాను. కొద్ది సేపటి తరువాత అతను వేసిన కేక నా చెవిని తాకింది. ఆ కేక బాధవల్ల కానీ, దుఃఖం వల్ల కానీ వచ్చింది కాదు. విపరీతమైన భయంవల్ల అతని కంఠంలోంచి అతనికే తెలియకుండా వెలువడిన ఛీత్కారం కావచ్చు. బహుశా గడిచిన గంట నుంచి అతను భయపడుతూ కూర్చుని ఉండొచ్చు. మొదట ఏదో ఎలుక పరుగెడుతున్న శబ్దం కావచ్చుని అతను భావించి ఉండొచ్చు. తరువాత వీచిన గాలికి

ఏదైనా వస్తువు కదిలిన శబ్దం కావచ్చని అనుకుని ఉండొచ్చు. ఇలా ఒకదానికొక సంబంధం లేని పిచ్చి కారణాన్ని చెప్పుకుని తన మనస్సుకు ధైర్యం చెప్పుకోటానికి అతను ప్రయత్నించి ఉండొచ్చు. అయితే ఆ ప్రయత్నాలన్నీ విఫలమయ్యాయి. 'జరగబోయే సంఘటనలు తమ నీడల్ని ముందుగానే ఏర్పరుస్తాయి' అనే నానుడిని మీరు తప్పకుండా వినే ఉంటారు. అతని స్థితి అలానే ఉంది. మృత్యువు తన పొడవాటి చేతిని అతని వేపు చాపి ఉన్నాడు.

నేను చాలా ఓపికతో చాలా సేపు ఎదురు చూశాను. అతను మళ్ళీ నిద్రపోవటానికి ప్రయత్నించలేదు. నేనొక నిర్ణయానికొచ్చాను. లాంతరుకున్న మసిని ఒక వైపు కొంచెం తుడిచాను. పల్లటి దారపు పోగు ప్రమాణంలో ఒక కాంతి కిరణం ఆంతరు నుండి బయటకు తోసుకు వచ్చింది. ఆ కిరణాన్ని ఆ గ్రద్ధ కంటిపై పడేలా చేశాను.

ఈ సారి ఆ కన్ను తెరుచుకునే ఉంది. పూర్తిగా తెరుచుకునే ఉంది. ఆ కంటిని చూస్తూ చూస్తూ ఉండగానే నాలో ఏదో మార్పు. ఏదో అలజడి. ఏదో కంగారు. ఏదో కోపం. నా వొళ్ళు మండిపోయింది. నాకు ఆ కన్ను మాత్రమే కనిపించసాగింది. అతడి ముఖం, శరీరమూ ఏదీ కనిపించలేదు. అయితే ఏదో శబ్దం నా చెవును తాకింది. బాగా చెవియొగ్గి విన్నాను. చురుకైన నా చెవుకు అతని గుండె చప్పుడు స్పష్టంగా వినిపించసాగింది–

లబ్‌డబ్ ! లబ్‌డబ్! లబ్‌డబ్ !

ఆ చప్పుడు నాలో ఏదో అసహనాన్ని కలిగించింది.

నాలో అర్థం కాని ఆవేశాన్ని రగిలించింది.

అయినా కదకుండా నుంచునే ఉన్నాను. నాపై నా కెంత నియంత్రణ ఉందో మీరే గమనించండి.

చేతిలోని లాంతరును కదకుండా పట్టుకునే ఉన్నాను. కాంతి కిరణం మాత్రం ఆ కంటి మీదే పడేలా పట్టుకునే ఉన్నాను.

లబ్‌డబ్ ! లబ్‌డబ్! లబ్‌డబ్ !

అతని గుండె చప్పుడు వేగం పెరిగింది. శబ్దమూ పెరిగినట్టనిపించింది. బహుశా అతనికి కలిగిన భయం తీవ్రమైంది కావచ్చు. శబ్దం మరింత పెరిగింది. ఇంకా పెరిగింది. ప్రతీ క్షణం పెరుగుతూ పోయింది. ఆ శబ్దాన్ని విని నాకూ భయం కాసాగింది. చుట్టూ నిశ్శబ్దం. గడ్డకట్టిన మౌనం. భయపెట్టే మౌనం. మృత్యువు దగ్గరలో తారాడుతున్నప్పుడు ఏర్పడే మౌనం. శ్మశాన మౌనం.

ఎదుట గ్రద్ధ కన్ను !

లబ్‌డబ్ ! లబ్‌డబ్! లబ్‌డబ్ !

విచిత్రమైన శబ్దం !

గాఢాంధకారంలో మునిగిన మధ్యరాత్రిలో ఇవన్నీ కూడబలుక్కున్నట్టు ఒక్కసారిగా విజృంభించాయి. ఒక్క క్షణం భయంతో వొణికాను. ఇలాంటి సమయంలో భయం కలగటం సహజమే కదా? అయితే కొద్ది సేపటికి నాలోని భయాన్ని అణుచుకున్నాను. మళ్ళీ అదే చప్పుడు ! లబ్‌డబ్ ! లబ్‌డబ్! లబ్‌డబ్ ! . . .

నాలో ఓ కొత్త భయం తలెత్తింది. గట్టిగా వినిపించే ఈ పాడు చప్పుడు పక్కింటివారికి వినిపిస్తే? పక్కింటివారు ఇది గమనిస్తే? అది ఏమిటా అని వారు పట్టించుకుంటే?

'ఆలస్యం అమృతం విషం' అని పెద్దలు చెప్పిన మాట గుర్తొచ్చింది.

అంతే !

వికృతంగా అరుస్తూ ఆ ముసలివాడిపై పడ్డాను. భయంతో అతనూ కెవ్వుమని అరిచాడు. మళ్ళీ అతని నోటి నుంచి ఏలాంటి శబ్దం లేదు.

అతని కథ ముగిసింది.

అతని ప్రాణాలు గాలిలో కలిశాయి. అతని గుండె ఆగింది. అది చేసే చప్పుడు నిలిచింది.

కర్ణకఠోరంగా నా చెవులను కొరుక్కు తింటున్న ఆ గుండె చప్పుడు ఆగియింది.

నన్ను వెంటాడుతున్న ఆ 'కంటి' పీడ విరగడయ్యింది.

అమ్మయ్య ! ఇప్పటికైనా నేను పిచ్చివాడిని కానని మీకు అర్థమయ్యింది కదా? అవుడిని చంపడం అయింది. అయితే ఈ విషయం భయటపడకూడదు కదా? బయటపడితే ఏమవుతుందో మీకు తెలుసు కదా? అందుకే నేను ఆ మృతదేహాన్ని దాచటానికి ఏం చేశానో చెబుతాను. జాగ్రత్తగా వినండి.

నాకు తప్ప మరెవ్వరికీ తెలియని ఓ రహస్యమాళిగ ఆగది కింద ఉంది. నేను ద్వారాన్ని తెరిచాను. శవాన్ని ఈడ్చుకుపోయి నేలమాళిగలోకి తోసేశాను. ద్వారాన్ని గట్టిగా మూసేశాను.

చూశారా ఎంత తెలివిగా హత్య చేశానో?

ఒక్క దెబ్బ వేయలేదు. ఒక్క తాపు తన్నలేదు. కర్రతో బాదలేదు. కత్తితో పొడవలేదు. రక్తం చిందించలేదు. గాయం చేయలేదు. బహుశా ఇప్పటికైనా నేను తెలివైనవాడినని మీరు ఒప్పుకుంటారని అనుకుంటాను.

ఇంకా నన్ను పిచ్చివాడని పిలుస్తారా?

ఉదయం నాలుగు గంటల సమయం . . .

కిటికీలోంచి తొంగి చూస్తే బయట చీకటి ఇంకా కమ్ముకుని ఉంది. తలుపులు ఎవరో దబదబా బాదిన చప్పుడు. ఎవరొచ్చారు? అయినా నేనెందుకు భయపడాలి? తెలివిగా పని పూర్తి చేశాను కదా? ఇంకా భయమెందుకు?

తలుపు తెరిచాను. ముగ్గురు మనుషులు లోపలికి వచ్చారు. తాము పోలీసు అధికారులమని పరిచయం చేసుకుంటూ నాకు విష్ చేశారు.

నేనూ మర్యాదగా విష్ చేశాను. నాకేమీ తెలియనట్టు వారి రాకకు కారణం అడిగాను. కొద్ది సేపటి క్రితం పక్కింటివారికి ఈ ఇంట్లోంచి భయంతో ఎవరో కేక వేసినట్టు వినిపించిందట. వారికి అనుమానం కలగటంతో పోలీసులకు ఫోన్ చేశారట. ఆ కారణంగా పోలీసులు వచ్చారట.

పోలీసులు తమ రాకకు కారణం తెలిపి ఇంటిని శోధించటానికి నా అనుమతి అడిగారు. నేను చిరునవ్వు నవ్వుతూ అనుమతి ఇచ్చాను. నేనెందుకు భయపడతాను. అంతా జాగ్రత్తగానే చేశాను కదా? పోలీసులు ఇంటినంతా గాలించసాగారు. అడుగడుగూ క్షుణ్ణంగా చూడసాగారు. చూడనీ. నేనెక్కడ దాచానో వారికి ఎలా తెలుస్తుంది? ఎంత వెదుకుతారో వెదకనీ. ఆసలు వాళ్ళు ఆ ఇంటో నేలమాళిగ ఉన్నట్టు చచ్చినా తెలుసుకోలేరు.

పోలీసులు గది నుంచి గదికి తిరగసాగారు. వారి చురుకైన కళ్ళు గదిని పట్టిపట్టి చూస్తున్నాయి. నేను నవ్వుతూ వారి వెంటే నడవసాగాను. వారు అడుగుతున్న ప్రశ్నలన్నిటికి సరియైన సమాధానాలు ఇస్తున్నాను. మూడు రోజులుగా ముసలివాడు ఊళ్ళో లేడని చెప్పాను. ఏ ఊరికి వెళ్ళాడో, వారి బంధువులెవరో తెలియదన్నాను. నాకు రాత్రుళ్ళు భయంకరమైన కలలు వస్తాయని, బహుశా నిద్రలో నేను వేసిన కేకలు విని పొరుగింటివారు రిపోర్టు ఇచ్చిండవచ్చని చెప్పాను.

పోలీసులు చివరికి ఆ గదికి వచ్చారు. గదంతా పరిశీలించారు. అతడి పెట్టెను తెరిచి చూశారు. అతడి డబ్బు, విలువైన వస్తులు చూసి దొంగతనం జరగలేదన్నారు. బహుశా అతను ఊరికే పోయుండవచ్చని, ఆ కేక నేను నిద్రలో వెసిన కేక కావచ్చని అన్నారు.

ఆనందంతో ఉబ్బితబ్బిబ్బయ్యాను.

అప్పుడు కలిగిన ఆనందంతో నేను 'బాగా ఆలసిపోయారు. కాస్సేపు ఇక్కడ కూర్చోండి."అన్నాను.

వారు కూర్చున్నారు. ముసలివాడు కూర్చున్న మంచం మీదే కూర్చున్నారు.

కూర్చోనీ, నాకేం భయం?

నేలమాళిగ ద్వారం పైనే కుర్చీ లాక్కుని కూర్చున్నాను. నా కింద కొన్ని అడుగు కింద శవం! చచ్చిన ముసలివాడి శవం. అదేమైనా చెబుతుందా తను కింద నేలమాళిగలో ఉందని. నవ్వుకున్నాను.

పోలీసు అధికారులతో కబుర్లు చెప్పసాగాను. నా పట్ల వారు చాలా ప్రసన్నంగా కనిపించారు.

గతంలో తాము పరిశోధించిన కేసుల గురించి చెప్పసాగారు.

కొన్ని నిముషాలు గడిచాయి.

హఠాత్తుగా నా ముఖం పాలిపోయింది. వాళ్ళు వెంటనే అక్కడ్నుంచి వెళ్ళిపోతే బాగుండునని అనిపించింది. నా చెవులకు ఏదో విచిత్రమైన శబ్దాలు వినిపించసాగాయి. నా తల గిర్రున తిరగసాగింది. వాళ్ళు కూర్చున్నచోటు నుంచి లేవలేదు. ఆపకుండా మాట్లాడుతూనే ఉన్నారు.

శబ్దం స్పష్టం కాసాగింది. నా ముఖం వివర్ణమయ్యింది. చెమటతో తడిసి ముద్దయ్యాను. గొంతు వొణికింది. మాట తడబడసాగింది. అయినా మాట్లాడటం ఆపలేదు. గట్టి గట్టిగా మాట్లాడసాగాను.

చప్పుడు మరింత పెరిగిమది.

గోడ గడియారం చేసే చప్పుడు

గంట కితం ముసలివాడి గుండె చేసిన చప్పుడు

లబ్‌డబ్ ! లబ్‌డబ్! లబ్‌డబ్ !

నేను కూర్చున్న కుర్చీ కింది నుంచి రాసాగిందా చప్పుడు.

నేను అసహనంతో కదిలాను. ఆక్కడ కూర్చోలేకపోయాను.

ఆ చప్పుడు క్షణక్షణానికి కింది నుంచిచి పైకి తోసుకు రాసాగింది.

లేచి నుంచున్నాను.

చప్పుడు మరింత పెరిగింది.

ముందుకు నడిచాను.

నా వెంబడే చప్పుడు 'చప్పుడు' చేసుకుంటూ రాసాగింది.

నాకు అంత భయంకరంగా వినిపిస్తున్న ఆ చప్పుడు పోలీసులకు వినిపిమచటం లేదు కాబోలు. వాళ్ళు లేవటం లేదు. ఒక కేసు నుండి మరో కేసుకు సమబంధిచిన కథల్లోకి వెళుతున్నారు.

అయ్యో ! ఇప్పుడే చేయాలి? శబ్దం నిముష నిముషానికి పెరిగిపోతూ ఉంది. ఇలాగే ఐదు నిముషాలు ఉంటే చెవిటి వారికి కూడా వినిపించేంత గట్టిగా వినిపిస్తుంది కాబోలు. అప్పుడు ఏది దారి?

ఆ శబ్దం పోలీసుల చెవుల్లో పడకుండా నేను రకరకాలుగా శబ్దాలు చేయసాగాను. చేతికి అందిన గ్లాసుతో బల్లతో దరువు వేయటం, నేలపై కాలితో చప్పుడు చేయడం , ఇలా వొకదాని తరువాత ఏదో ఒకటి చేశాను. అయితే నా ప్రయత్నాలన్నీ విఫలమయ్యాయి.

నేను చేసే శబ్దాలను మించీ నేలమాళిగలోంచి ఆ శబ్దం వినిపించసాగింది. ఇంకా

వారికి వినిపించకుండా ఉంటుందా? వారు హఠాత్తుగా మాటలు ఆపారు. ఆశ్చర్యంగా చుట్టూ చూశారు. నా ముఖాన్ని తీక్షణంగా చూశారు. దొంగ దొరికాడన్న సమతోషంతో అన్నట్టు పకపకా నవ్వారు.

భరించలేకపోయాను.

చెవులు బద్దలు కొట్టే ఆ చప్పుడును వినేకపోయాను.

అసహనంతో వారివైపు చూస్తూ గట్టిగా అరిచాను–

"ఎందుకలా పిచ్చివాళ్లలా నవ్వుతారు. ఆపండి. ఆ ముసలివాడిని చంపింది నేనే. నిజం. ఆ కుర్చీని లాగి అక్కడున్న ద్వారాన్ని తెరిచి చూడండి. నేలమాళిగలో ఆతడి శవం కనిపిస్తుంది. ప్లీజ్! దాన్ని వెంటనే నాకు దూరంగా తీసుకుపోండి. దాని గుండె చేసే చప్పుడు నా చెవులను బ్రద్దలు కొడుతూ ఉంది"

*****

(విపుల, మాసపత్రిక ఏప్రిల్ 2012)

అమెరికన్ కథ : నెథేనియల్ హాథోర్న్

జీవజలం

డాక్టర్ హిడేగర్ ఆహ్వానాన్ని పురస్కరించుకుని నలుగురు మిత్రులు ఆ రోజు ఆయన రీడింగ్ రుంలో సమావేశమయ్యారు. ఆ నలుగురిలో ముగ్గురు మగవాళ్ళు, ఒకరు స్త్రీ. వార్ధక్యం పైబడి అంతా రేపో మాపో అన్నట్టున్నారు. అంతే కాకుండా జీవితంలో సుఖం మృగ్యమవటంతో తామింకా మృత్యువు ఒడిని చేరకపోవటమే దురదృష్టంగా భావిస్తున్నారు.

ఆ నలుగురిలో 'మెడ్‌బోర్న్' ఒకడు. ఉచ్ఛస్థితిలో ఉన్న అతని పరిస్థితి సట్టా వ్యాపారంలో కోలుకోలేనంతగా దెబ్బతింది. ఇప్పుడు భిక్షగానికి, అతనికి తెలుసుకోవటం అసాధ్యం అనిపించేంతటి దుస్థితిలో ఉన్నాడతను.

మరొకడు కర్నల్ కిలిగ్ర్యూ ! యవ్వనంలో వయోధర్మానికి అనుగుణంగా దురలవాట్లకులోనై ఆస్తిని, ఆరోగ్యాన్ని నాశనం చేసుకున్నాడతను.

మూడో వ్యక్తి గ్యాస్కోస్. గతంలో పరమ దుర్మార్గుడైన రాజకీయవేత్తగా పేరుపొందిన వాడతను. అయితే నేటి తరం వారికి అతని పేరు కూడా తెలియదు. కాలం సర్వస్వాన్ని మరిపిస్తుందనటానికి ఇంతకంటే గొప్ప తార్కాణం ఎక్కడా లేదు.

నాలుగవ వ్యక్తి విచర్లీ. ఆమె ఒక విధవ. వయస్సులో ఉన్నప్పుడు గొప్ప అందగత్తెగా ఆమె పేరు ఊరువాడా మారుమ్రోగింది. ఆమె గురించి ఎన్నో 'వెన్నెల రాత్రుల' కథలు వెలికి రావటంతో ప్రస్తుతం ఆమె ఏకాంతాన్ని ఎంచుకుంది.

వీళ్ళందరి గురించి చెప్పేటప్పుడు ఒకప్పుడు వీళ్ళంతా విచర్లీని ప్రేమించారని, ఒకర్నొకరు చంపుకునేంత తీవ్రస్థాయిలో ఆమె పట్ల వ్యామోహాన్ని పెంచుకున్నారని చెప్పకపోతే తప్పే అవుతుంది.

ఆ రీడింగ్ రూం డాక్టర్ జీవితానికి అద్దం పట్టినట్టు అస్తవ్యస్తంగా ఉంది. గది మూల మూలల్లో లెక్కలేనన్ని సాలెగూళ్ళు చోటు చేసుకుని ఉన్నాయి. గదిలో ఏ వస్తువు మీద చేయి వేసినా దుమ్మే. గదిలో ఓ మూలన ఉన్న చెక్క బీరువాలో పాత కాలపు పుస్తకాలు దుమ్ము కొట్టుకుని ఉన్నాయి. మరో మూలనవున్న గాజు బీరువాలో ఓ అస్థిపంజరం నవ్వుతూ చూస్తోంది. మరోవేపున్న బుక్‌కేస్ మధ్యలో 'హిపోక్రిటేటస్'

బొమ్మ మాసిపోయిన రంగులతో ఉంది. అదే గదిలో గోడమీద ఓ స్త్రీ ఛాయా చిత్రం వేలాడుతోంది. యాభై ఏళ్ళ క్రితం హిడేగర్ పెళ్ళాడాలనుకున్న స్త్రీ చిత్రం అది. వివాహానికి ముందు ఆమెకు జబ్బు చేసింది. డాక్టర్ హిడేగర్ ఇచ్చిన మందుతో ఆమె జీవిత యాత్ర ముగిసింది.

గది మధ్యలో గుండ్రటి బల్ల ఉంది. దాని మీద నల్లటి అట్టవున్న ఓ పాత కాలపు లావుపాటి పుస్తకం ఉంది. దానిపై అక్షరాలు మాసిపోయాయి. చూడగానే ఆ పుస్తకం దేనికి సంబంధించిందో ఎవరూ తెలుసుకోలేరు. అయితే అది మంత్ర తంత్రాలు సంబంధించిందని అందరూ అనుకుంటూ ఉంటారు. ఓ సారి ఆ ఇంటి పనిమనిషి దుమ్ము దులపటానికి ఆ పుస్తకాన్ని పైకెత్తింది. అంతే ! అస్థిపంజరం ఉన్న అరలోంచి 'టకటక'మన్న శబ్దం వినిపించిందట. గోడ మీద వేలాడదీసిన ఛాయా చిత్రంలోని స్త్రీ కదిలి వచ్చిందట. అదే సమయంలో ఆ గదిలోని అద్దాల్లోంచి భయంకారాకారాలు తొంగి చూసినట్లనిపించిందట. అంతే ... ఆ తరువాత ఎవరూ ఆ పుస్తకాన్ని తాకే సాహసాన్ని చేయలేదు.

అలాంటి వాతావరణంలో రౌండ్ టేబుల్ చుట్టూ వేసివున్న కుర్చీల్లో కూర్చునివున్న తన మిత్రుల్ని ఉద్దేశించి, "ఫ్రెండ్స్ ! నేనో ప్రయోగాన్ని తలబెట్టాను. దానికి మీ సహకారం అందిస్తారా?" అని అడిగాడు డాక్టర్ హిడేగర్.

ఎవరూ సమాధానం ఇవ్వలేదు. మౌనంగా అతని వేపే చూస్తుండిపోయారు. డాక్టర్ హిడేగర్ అందర్నీ ఒకసారి కలయజూసి తన ముందున్న లావుపాటి నల్లఅట్ట వేసివున్న పుస్తకాన్ని తెరిచాడు. అందులోంచి వాడిపోయిన ఓ గులాబీ పువ్వును తీశాడు. ఆ తరువాత మిత్రుల వేపు తిరిగి–

"ఆ గోడ మీదున్న ఛాయా చిత్రంలోని స్త్రీని చూశారా? ఇవాళ్టికి సరిగ్గా యాభై ఏళ్ళ క్రితం ఆమె అనురాగ చిహ్నంగా ఈ గులాబీని నాకు ఇచ్చింది. అందుకే దాన్ని ఇంత జాగ్రత్తగా దాచాను. వాడిన ఈ పువ్వు విరబూస్తుందంటే మీరు నమ్ముతారా?" అని అడిగాడు.

"పిచ్చి ప్రశ్న ! వడలి వత్తలైపోయిన పూవు. అందులోనూ యాభై ఏళ్ళ క్రితంది. మళ్ళీ విరబూయటమా? ఆ పుష్పం విచ్చుకోవడమూ, ముసలిదాని ముఖం మీది ముడుతలు పోయి అందమైన అమ్మాయి ముఖంలా మారటమూ ఒకటే" విచర్లీ పెదవి విరుస్తూ అంది.

ఆమె మాటలు వినిపించుకోకుండా డాక్టర్ హిడేగర్ వాడిన ఆ గులాబీని తన ముందున్న ఓ గాజు గ్లాసులో వేశాడు.

అది ఓ నిముషంపాటు గ్లాసులోని నీళ్లపై తేలుతూ ఉండింది. ఆ తరువాత

ఆకస్మాత్తుగా అందర్నీ ఆశ్చర్యపరుస్తూ వడలివత్తలై రంగు మాసిన ఆ పువ్వు కన్నుల పండువ చేసే గులాబీ రంగుకు తిరిగింది. తొడిమా, ఆకులు పచ్చదనాన్ని సంతరించుకున్నాయి. రాను రాను ఆ గులాబీ హిడేగర్ ప్రియురాలు దాన్ని అతనికి ఇచ్చినపుడు ఎంత తాజాగా ఉందో అంత తాజాగా రంగులు అద్దుకుని రేకులు విప్పుకుంది.

డాక్టర్ ముఖం విజయగర్వంతో వికసించింది.

"ఆ(! ఇదేమంత అద్భుతమైన విషయం కాదు. ఇంతకంటే గొప్ప గొప్ప మ్యాజిక్‌లు చూశాం" అన్నారందరూ.

హిడేగర్ వారి మాటలకు ప్రాముఖ్యత ఇవ్వలేదు.

"మిత్రులారా ! ఇది 'ట్రిక్' కాదు. ఇదంతా ఈ గ్లాసులో ఉన్న 'జీవన జలం' ప్రభావం. దాదాపు మూడు వందల సంవత్సరాల క్రితం 'సాన్స్ ది లియోన్' అనే వ్యక్తి 'జీవన జలాన్ని' వెదుకుతూ దేశాలు పట్టి తిరగటం మీకు తెలుసా? ఆ 'జలం' ఎక్కడుందో అతను తెలుసుకోగలిగాడా? లేదు ! అందుక్కారణం సరియైన స్థలంలో అతను వెదక్కపోవటం, నాకు తెలిసినంతలో ఆ దివ్య జలం 'ఫ్లోరిడా ' ద్వీపకల్పంలో 'మకావో' సరస్సు దగ్గర 'మాగ్నోలియా' వృక్షాలతో ఆవృతం కాబడిన ప్రదేశంలో దొరుకుతుంది. ఆ జలం వల్లే ఆ చెట్లు నవనవలాడుతూ నిత్య నూతనంగా కనిపిస్తాయి. ఇలాంటి విచిత్ర విషయాల్లో నాకున్న ఆసక్తి మీకు తెలిసిందే. నా ఆసక్తి తెలిసిన నా బంధువులు ఆ విచిత్ర జలాన్ని పంపారు. దాని ప్రభావం చేతనే వాడి ఎండిపోయిన ఈ గులాబీ పుష్పం మీ కళ్ళ ముందే నవజీవన శోభలతో విచ్చుకుంది" హిడేగర్ వివరంగా చెప్పాడు.

కర్నల్ కిలిగ్ర్యూకు డాక్టర్ హిడేగర్ చెప్పిందంతా గాలి కబురు అనిపించింది. తను చూసింది ఇంద్రజాలం అనినిపించింది.

"అలాగైతే ముసలివాళ్ళు దీన్ని తాగితే యవ్వనవంతులవుతారా డాక్టర్" అనడిగాడు.

అతని గొంతులో వ్యంగ్యం ధ్వనించింది.

"ఎందుక్కారు? నిజానికి మిమ్మల్నందరిని యవ్వనవంతులుగా మార్చాలనే ఇక్కడికి పిలిచాను. ఈవాళ మీరంతా నవయవ్వనవంతులై పోతారు. ఉత్సాహంతో ఎగిరి గంతులేస్తారు. తారుణ్యపు స్వర్గంలో మైమరచి పోతారు" అన్నాడు హిడేగర్.

"మీరు కూడానా?" అడిగారొకరు.

"నా విషయం వేరు మిత్రమా ! వృద్ధాప్యపు రుచిని పూర్తిగా చవిచూడకుండానే మళ్ళీ యవ్వనంలోకి అడుగుపెట్టడంలో నాకంత ఆసక్తి లేదు" అన్నాడు డాక్టర్ హిడేగర్.

ఆ తరువాత ఆయన శాంపేన్ గ్లాసులో జీవన జలాన్ని నింపాడు. దాని సుగంధం గదంతా అలుముకుంది.

హిడేగర్ మాటల పట్ల అక్కడున్న వాళ్లందరికి సంపూర్ణమైన విశ్వాసం లేకపోయినా

సువాసనా భరితమైన ఆ జలాన్ని సేవించాలనే జిహ్వా చాపల్యాన్ని అణుచుకోలేకపోయారు.

డాక్టర్ అందరి వేపు నవ్వుతూ చూశారు. ఆ తరువాత, "మిత్రులారా ! మీరంతా రెండవసారి యవ్వనంలోకి అడుగుపెట్టబోతున్నారు. ఇప్పటికే ఓ సారి యవ్వనాన్ని అనుభవించారు కాబట్టి అందులోని 'చెడు' విషయాల్లో జాగ్రత్తగా మసలుకోండి. యవ్వనవంతులకు ఆదర్శనీయమైన రీతుల్లో నడుచుకోండి" అని అన్నారు.

"తీసుకోండి" అని డాక్టర్ హిడేగర్ అనగానే అంతా ఒక్క గుక్కలో జీవన జలాన్ని తాగేశారు.

కొన్ని క్షణాలు గడిచాయి.

తమనేదో ఉద్వేగం కమ్ముకుంటున్నట్టు ఆ నలుగురికీ అనిపించింది. బుగ్గలు ఉబ్బుతున్నట్టు అనిపించింది. స్వరం మారుతున్నట్టు అనిపించింది. శరీరంలో నూతన చైతన్యం సంచరిస్తున్నట్టు అనిపించింది. కాలం నుదుటి మీద గీచిన గీతలు తుడిపేస్తున్నట్టు అనిపించింది.

"హిడేగర్ ! ఇది చాల్లేదు. మునుపటి కంటే వయస్సు తగ్గినట్టనిపించినా ఇంకా వార్ధక్యపు ఛాయలు మాలోంచి పూర్తిగా పోలేదు. ఇంకాస్త ఇవ్వు" అంటూ ఏకకంఠంతో నలుగురూ అడిగారు.

"నిదానమే ప్రధానం ఫ్రెండ్స్ ! వార్ధక్యం రావడానికి మీకెన్నో ఏళ్ళు పట్టింది. అలాంటప్పుడు కేవలం కొన్ని క్షణాల్లో యవ్వనవంతులు కావాలనుకుంటున్నారు. మీకు కావలసినంత జీవన జలాన్ని ఇస్తాను. తనివితీరా తాగండి. అయితే సహనాన్ని మాత్రం కోల్పోకండి" అంటూ హిడేగర్ మళ్ళీ గ్లాసులో జీవనజలం నింపాడు.

నలుగురూ మళ్ళీ ఒక్క గుటకలో గ్లాసులు ఖాళీ చేశారు.

వాళ్ళ కళ్ళు కాంతివంతం కాసాగాయి.

వెంట్రుకలు నల్లబడ్డాయి.

చర్మం మీది ముడుతలు మాయమయ్యాయి.

"విచర్లీ ! నీలాంటి అందగత్తెను నేను చూడనే లేదు" కర్నల్ హఠాత్తుగా అన్నాడు.

కిలిగ్ర్యూ పొగడటంలో దిట్ట అని విచర్లీకి తెలుసు. అయినా ఓసారి అద్దంలో ఎందుకు చూసుకోకూడదు? మిగతా వాళ్ళకులాగా తనకూ ఎందుకు యవ్వనం వచ్చి ఉండదూ? అనుకుంటూ గదిలో ఓ మూలన వున్న డ్రెస్సింగ్ మిర్రర్ వేపు పరుగుతీసింది.

మగవాళ్ళు ముగ్గురికీ వయోభారం తగ్గి శరీరాలు తేలికైపోయినట్లు అనిపించింది. తాము అనుభవిస్తున్నది కలో, నిజమో తెలియని పరిస్థితిలో కళ్ళు నులుముకుని ఒకర్నొకరు చూసుకున్నారు.

గ్యాస్కోన్ తననేదో పూనినట్టు హఠాత్తుగా దేశభక్తి, గతకాలపు వైభవం, ప్రజల

హక్కులు గురించి ఓసారి ఉద్వేగపూరితంగా ఉపన్యసిస్తే మరోసారి అంతరాత్మకు వినిపించని లోస్వరంతో ఏదేదో గొణుక్కోసాగాడు. కర్నల్ కిలిగ్ర్యూ పరిస్థితి మాత్రం మరోలా ఉంది. మత్తెక్కిన కళ్ళతో విచర్లీని తినేసేలా చూస్తూ హుషారుగా పాటలు పాడుతూ గదంతా కలయ తిరుగుతున్నాడు.

మెడ్‌బోర్న్ పరిస్థితి ఇంకోలా ఉంది. ధృవాల నుంచి మంచును ఈస్ట్ ఇండిస్‌కు తరలిస్తే ఎంత లాభం రావచ్చో లెక్కలు కడుతున్నాడు.

విచర్లీ అద్దం ముందు నుంచుని అందులో తనను తాను చూసుకుని మురిసిపోతోంది. అనుమానం కలిగితే అద్దానికి మరింత దగ్గరగా పోయి చూసుకుంటోంది. ముఖం మీద ముడుతలు లేవు. తలలో నెరిసిన వెంట్రుకలు లేవు. అయినా ఇంకా యవ్వనం రావాలన్న ఆశ మాత్రం ఆమెలో పోలేదు.

"డాక్టర్ ! ఇంకొక్క గ్లాసు జీవన జలాన్ని ఇస్తారా? మరింత చిన్నదాన్నయిపోతాను. ప్లీజ్ ! ఒకే ఒక్క గ్లాసు..." అని అర్థించింది.

"ఒక్క గ్లాసేం ఖర్మ, మీక్కావలసినంత తీసుకోవచ్చు. మా బంధువులు ఇదిగో ఈ టిన్ను నిండా జీవన జలాన్ని పంపించారు" అన్నాడు హిడేగర్ బల్ల మీదున్న టిన్నును చూపిస్తూ.

అటుతరువాత ఓ గ్లాసు జీవన జలాన్ని నింపి విచర్లీకి అందించాడు. అదందుకున్న విచర్లీకి స్వర్గం కేవలం మూడు అడుగుల దూరంలో ఉన్న అనుభూతి కలిగింది. మిగిలినవాళ్ళంతా తలా ఓ గ్లాసు జీవన జలాన్ని తాగారు.

గదంతా చీకటి కమ్ముకుంటున్నా జీవన జలాన్ని ఉంచిన చోటు మాత్రం మందకాంతి వలయం చేత ఆవరించబడివుంది.

నలుగురూ కొంత యవ్వనాన్ని సంతరించుకున్నారు.

మూడో గ్లాసు తాగిన తరువాత ముగ్గురూ నూనూగు మీసాల నూతన యవ్వనులయ్యారు.

విచర్లీ పూర్వ యవ్వన శోభలతో అందాల అపరంజి బొమ్మలా మారింది.

స్వర్గం నుంచి దిగి వచ్చిన అప్సరసలా మెరిసిపోతోంది.

అందరిలోనూ ఎక్కడలేని ఉత్సాహం ఎగిరి గంతులేస్తోంది.

హిడేగర్ మాత్రం భావరహితంగా, నిశ్చలంగా, గంభీరంగా వాళ్ళను గమనిస్తూ కూర్చుని ఉన్నాడు.

తాము వేసుకున్న దుస్తులు చూసుకున్న ఆ నలుగురికి నవ్వాగలేదు. కేవలం కొన్ని క్షణాల క్రితం తాము మోస్తున్న వయోభారాన్ని గుర్తుకు తెచ్చుకుని ఒకడు ముసలివాడిలా కర్రపట్టుకుని పరుగెత్తసాగాడు. మరొకడు కళ్ళాద్దాలు ముక్కు మీదికి

దించుకుని లావుపాటి ఆ తాంత్రిక గ్రంథాన్ని చదువుతున్నట్టు నటించసాగాడు. ఇంకొకడు ఈజీ ఛైర్‌లో కూర్చుని హిడేగర్‌లా ముఖం పెట్టి వెక్కిరించాడు.

విచర్లీకి వయస్సు పిచ్చెక్కించింది.

ఆమె హిడేగర్ దగ్గరికి పోయి, "కమాన్ డాక్టర్ ! డాన్స్ చేద్దాం రండి" అని చేయి పట్టుకుని లాగింది.

యవ్వన సిరుల భారాలతో మగవారి గుండెల్లో గుబులు పుట్టించేలా వున్న ఆ సుందరితో ముసలి డాక్టర్ గంతులేస్తూ డాన్స్ చేస్తే ఎలా ఉంటుందోనన్న ఊహ ఆ ముగ్గుర్ని పడి పడీ నవ్వేలా చేసింది.

"లేదు విచర్లీ, నేను డాన్స్ చేసే కాలం దాటిపోయింది. నేనో వృద్ధుడ్ని. సంధివాతంతో బాధపడుతున్నవాడిని. పైపెచ్చు నీకు నాలాంటి వృద్ధుడు ఎందుకు? ఒక్కరు కాదు. ఇక్కడ ముగ్గురు యువకులు ఉన్నారు. ఎవర్నైనా ఎంచుకోకూడదా?"అంటూ హిడేగర్ ఆమె చేతిలోంచి తన చేతిని విడిపించుకున్నారు.

హిడేగర్ మాటలు వింటున్న కిలిగ్ర్యూ , "కమాన్ విచర్లీ ! నాతో డాన్స్ చేద్దువుగానీ రా"అంటూ ఆమె చేయి పట్టుకున్నాడు.

"ఊహూఁ! డాన్స్ చేస్తే ఆమె నాతోటే చేస్తుంది" అంటూ గ్యాస్కోస్ ఆమె నడుము పట్టుకున్నాడు.

"నో ! అసాధ్యం. నన్ను పెళ్ళాడుతానని ఆమె యాభై ఏళ్ళ క్రితమే నాకు మాట ఇచ్చింది. కావాలంటే విచర్లీని అడగండి" అంటూ మెడ్‌బోర్న్ ఆమెను గట్టిగా పట్టుకుని ఆమె బుగ్గలు నిమరసాగాడు.

విచర్లీ సందిగ్ధ పరిస్థితిలో పడింది. వాళ్ళ నుంచి విడిపించుకోటానికి ఆమెకు ఇష్టం లేదు. అలా అని హిడేగర్ ఎదుట మరీ స్వేచ్ఛగా ప్రవర్తించటానికి మనసొప్పలేదు.

వాళ్ళు ఆమెను తమ బిగికౌగిలి నుంచి విడవటానికి సిద్ధంగా లేరు. యవ్వనమదం వాళ్ళను ఉన్మత్తుల్ని చేస్తోంది.

"విచర్లీ నాకు కావాలి !" ఒకరు, "విచర్లీ నా సొత్తు" అని మరొకరు ఆమెను అటొకరు ఇటొకరు పట్టి లాగుతూ టేబుల్ మీద పడ్డారు.

టేబుల్ మీదున్న జీవజలపు టిన్ను నేల మీద పడి దొర్లింది.

జీవజలం నేలపాలయ్యింది.

అక్కడే గది మూలలో చావు బతుకుల్లో ఓ సీతాకోక చిలుక ఉంది.

జీవన జలం దాన్ని తాకటంతో అది చైతన్యవంతమై ఎగిరి పోయింది.

వాళ్ళ పిచ్చి చేష్టలతో అమూల్యమైన, అభ్యమైన జీవనజలం నేలపాలు కావటంతో హిడేగర్ భరించలేకపోయాడు. వాళ్ళ వెర్రిమొర్రి పనులు మరింత హద్దు మీరటం చూసి,

"ఇప్పుడైనా మీ పిచ్చిపనులు కట్టిపెడతారా?" అన్నాడు కోపంగా.

పిడిగు మీద పడ్డట్టు అందరూ నివ్వెరపోయారు.

హఠాత్తుగా తమలో శక్తి సన్నగిల్లుతున్నట్టు వాళ్ళకు అనిపించింది.

ఒంట్లో చలి మొదలయ్యింది.

ముసలితనం వాళ్ళను కమ్ముకుంది.

కాలం తానిచ్చిన యవ్వనాన్ని మళ్ళీ లాక్కుంది.

నలుగురు మిత్రులూ నిస్సత్తువుగా కుర్చీలో కూలబడ్డారు.

హిడేగర్ చేతిలోని గులాబీ వాడిపోసాగింది.

"సిల్వియా ఇచ్చిన ఈ పువ్వుక్కూడా వార్ధక్యం వచ్చింది. ప్రపంచంలో ఏదీ శాశ్వతం కాదు. యవ్వనమూ అంతే" డాక్టర్ హిడేగర్ మెల్లగా గొణుక్కున్నాడు.

ఆ నలుగురి శరీరాల్లో వొణుకు పుట్టింది. కాలం వాళ్ళ జీవితాల్లో ఒక్కొక్క క్షణం ఒక్కొక్క సంవత్సరాన్ని చేరుస్తున్నట్టు అనిపిమచింది. మళ్ళీ తామంతా వృద్ధులై పోతున్నట్టు వారికి అనిపించింది. యవ్వన సుఖం కేవలం ఎండమావేనా? జీవన జలం ప్రభావం తాత్కాలికమేనా?

వాళ్ళంతా ముసలివాళ్ళయిపోయారు. వాళ్ల తలలు తెల్లబడడ్డాయి. ముఖాల్లో ముడుతలు పొడసూపాయి.

"భగవాన్ ! నీవు కరుణామూర్తివే అయితే నన్నిప్పటికిప్పుడే మృత్యువుకు అప్పగించు" అంటూ విచర్లీ దుఃఖంతో ముఖాన్ని చేతుల్లో దాచుకుంది.

"మిత్రులారా ! మీరంతా మళ్ళీ వృద్ధులైపోయారు. అంతే కాదు మీ పిచ్చి చేష్టలతో అమూల్యమైన జీవనజలం నాశనం చేశారు. అందుకు బాధ లేదు. జీవన జలం నా ఇంటి ఎదుట కాలువలా ప్రవహించినా నేను యవ్వనాన్ని కోరుకోను. 'యవ్వనపు పిచ్చి కంటే వార్ధక్యపు గాంభీర్యమే గొప్ప' అన్న పాఠాన్ని ఈ వాళ మీ నుంచి నేర్చుకున్నాను" అన్నాడు హిడేగర్.

అయితే డాక్టర్ హిడేగర్ నేర్చుకున్న ఆ పాఠాన్ని ఆ నలుగురు మిత్రులు నేర్చుకోలేదు.

కొద్ది రోజుల తరువాత వారందరూ 'జీవన జలం' కోసం 'ఫ్లోరిడా'కు బయలుదేరారు.

*****

(విపుల, మాసపత్రిక)

ఆంగ్ల కథ : ఆంథోని హోప్

ప్రేమ ప్రహేళిక

ఆ నాటి వాతావరణం ఎంతో ఆహ్లాదంగా ఉంది. సువాసనాభరితమైన పవనం ఆ ప్రాంతమంతా వ్యాపించి ఉంది. ఆపిల్ తోట కావల అందని దిగంతంలో సూర్యుడు కిరణాలను విసురుతూ వస్తున్నాడు. చల్లని గాలి తోటలోని చెట్లమీదుగా కదులుతూ ఉంటే ఆ చెట్ల కొమ్మరెమ్మలు మెల్లగా తలలూపుతున్నాయి.

ఓ ఆపిల్ చెట్టు మొదట్లో కూర్చున్న ఓ తత్త్వజ్ఞాని ఒడిలో ఓ గ్రంతాన్ని ఉంచుకుని చదవటంలో మునిగివున్నాడు. అతనికి ప్రకృతి సౌందర్యం పట్లకానీ, రంజకమైన ఆ వాతావరణం పట్లకానీ ఆసక్తి ఉన్నట్టు కనిపించదు. గాలి వేగంగా వీచి చదువుతున్న పుస్తకంలో పేజీలు చెదిరినప్పుడు మాత్రమే ఈ బాహ్య జగత్తులోకి వస్తున్నాడు. తన కళ్ళ నుండి తప్పించుకుపోయిన పుటను వెదికి మళ్ళీ చదవటంలో లీనమౌతున్నాడు.

అది ఆధ్యాత్మిక శాస్త్రానికి సంబంధించిన గ్రంథం. దాన్ని అతని మిత్రుడొకడు రాశాడు. ఆ గ్రంథాన్ని చదువుతున్న ఈ తత్త్వజ్ఞానికి అందులో అనేక దోషాలు, పరస్పర విరుద్ధమైన అభిప్రాయాలు ఎన్నో కనిపించాయి. అతను అలాంటి దోషాలనూ, వాక్యాలనూ, పదాలనూ ఆ గ్రంథం చివరవున్న ఖాళీ పేజీల్లో వాటిపై తన అభిప్రాయాలతో సహా రాస్తూ ఉన్నాడు. అలాగని ఆ గ్రంథం మీద విమర్శ రాయటానికి అతను పూనుకోలేదు. అంతేకాదు తన అభిప్రాయాల రూపంలో ప్రత్యేకంగా కొత్త పుస్తకాన్నీ రాయటం లేదు.

అదే సమయంలో ఓ యువతి తొటలోకి అడుగుపెట్టింది. శుభ్రమైన తెల్లటి పావడా వేసుకుంది. బాగా మాగిన ఆపిల్ పండు తెంచి, చూపరులకు నోరూరేలా కదిలిస్తూ తత్త్వజ్ఞాని కూర్చున్న చోటికి వచ్చింది. ఏకాగ్రతతో చదువుతున్న అతణ్ణి తదేకంగా చూస్తూ నుంచుంది. అతనామె రాక గమనించలేదు. చదవటంలో మునిగిపోయాడు. చేతిలో ఉన్న ఆపిల్‌ను కొరికి తింటూ అతను చదువుతున్న వైనాన్నే చూస్తోమది. తత్త్వజ్ఞాని తన కంట పడిన మరో దోషాన్ని చివరి పుటలో రాసుకున్నాడు. తింటున్న ఆపిల్‌ను ఆ అమ్మాయి రంయ్‌మని ఓ మూలకు విసిరి–

"మిస్టర్ జర్మింగ్ హ్యామ్ ! మీరు చదువుతున్న పుస్తకం అంత ఇంటరెస్టింగా ఉందా? నా రాకను కూడా మీరు గమనించినట్టు లేదు" అంది.

అతను తలెత్తి ఆమె వేపు చూశాడు. ఏదో రాయబోతున్న అతని చేతిలోని పెన్సిల్

ముందుకు సాగలేదు.

"అలాంటిదేమీ లేదు మిస్ మే! గమనించలేదంతే !" అన్నాడు.

"మీతో కాస్త మాట్లాడాలి"

"అలాగా ! ఒక్క క్షణం ..." అంటూ పుస్తకం చివర ఓ కటువైన విమర్శ రాసి దానికి తన వ్యాఖ్యను జతచేర్చాడు.

ఆ అమ్మాయి అతను చేస్తున్న పనిని గమనిస్తూనే ఉంది. ఆమెలో అసహనం, కోపం, విషాదం అన్ని ఒక్కసారిగా ఎగిసి ఏకమౌతూ ఉంటే ఆశ్చర్యపోవాల్సిన అవసరం లేదు. అతని వేపే చూస్తూ దీర్ఘంగా నిట్టూర్చింది. ఇంకా యవ్వనంలోనే ఉన్నా చూడటానికి అతను ముసలివాడిలా ఉన్నాడు. నిజానికి అతని వయస్సు ముప్ఫయిని దాటలేదు. ఉంగరాలు తిరిగిన జుత్తుతో చాలా ఆకర్షణీయంగా ఉన్నాడు. అతని కళ్ళు 'దీపాల్లా' మెరుస్తూవున్నాయి. దృఢమైన అతని శరీరంలో యవ్వనంలోని అన్ని లక్షణాలూ మేమున్నాయని ఎలుగెత్తి చాటుతున్నట్టు స్పష్టంగా కనుపిస్తున్నాయి. మొత్తానికి అతను అందగాడని ఎవరైనా అంటారు.

"ఇప్పుడు చెప్పండి మిస్ మే ! నాతో ఏం మాట్లాడాలి?" అని అడిగాడు.

ఆ ప్రశ్న ఆమెను అడిగినా ఆతని కళ్ళు మాత్రం పుస్తకంలోని అక్షరాల మీదే ఉన్నాయి.

కొన్ని క్షణాల తరువాత పుస్తకాన్ని ఒడిలో ఉంచుకున్నాడు.

ఆమె అతని ముందు కూర్చుంది.

"మిమ్మల్ని ఒక ముఖ్యమైన విషయం అడగాలి" నేల మీద పెరిగిన పచ్చగడ్డిని సుకుమారమైన వేళ్లతో పట్టి లాగుతూ మళ్ళీ అంది, "నేను అడగబోయే విషయం మీకు బాధను కలిగిస్తే నన్ను క్షమించండి. అయితే నేను అడిగినవిషయాన్ని మీరు ఎవ్వరి ముందు ప్రస్తావించరాదు. అలా అని నాకు మాటివ్వాలి"

"నన్ను నమ్మండి. మీరు చెప్పే విషయాలు నాకు గుర్తే ఉండవు" ఆతను నిర్లిప్తంగా అన్నాడు.

"నేనా విషయాన్ని చెబుతున్నప్పుడు మీరు నా వేపు చూడకూడదు"

"నాకు తెలిసినంతవరకు నేను మీ వేపు చూడలేదనే అనుకుంటాను మిస్ మే. ఒక వేళ పొరబాటున మిమ్మల్ని చూసివుంటే నన్ను క్షమించండి" విషాదంగా అన్నాడతను.

ఆ అమ్మాయి వేళ్ళకు తగిలిన గడ్డిపోచను బలంగా లాగటంతో అది ఆమె చేతిలోకి సమూలంగా వచ్చేసింది. దాన్ని గాలిలోకి విసిరింది.

"ఆకస్మాత్తుగా ఓ వ్యక్తి ..." అని మొదలెట్టి ఆ వాక్యాన్ని మధ్యలో ఆపేసింది. "ఛీ ! అలా మొదలెట్టకూడదు" అనుకుంది.

"మీకు ఎలా తోస్తే అలానే ఆరంభించండి" అని అతను ప్రోత్సహించాడు.

"ఎలాగోలా ప్రారంభించాలి కదా ! ఓ అమ్మాయి..." అని ప్రారంభించి చప్పున అతని వేపు చచూసి, "నేను చెబుతున్నప్పుడు మీరలా తల ఆడించరాదు" అంది.

"నేను తలాడిస్తున్నది మీరు చెప్పింది వింటున్నాని సూచించటానికే" అన్నాడతను.

"అలాగైతే మీరు నా మాటలు శ్రద్ధగా వింటున్నారన్నమాట. ఒక అమ్మాయి ఇద్దరబ్బాయిల చేత ప్రేమించబడుతోందని అనుకోండి. లేదా ఇద్దరబ్బాయిలు ఒక అమ్మాయిని ప్రేమిస్తున్నారనుకోండి"

"ఇద్దరేనా?" ఆశ్చర్యంతో అడిగాడతను.

ఓ క్షణం తరువాత ఆశ్చర్యాన్ని అణుచుకుంటూ, "కావాలనుకుంటే ఎందరైనా ఆమెను ప్రేమించొచ్చు" అన్నాడు.

"ప్రస్తుతానికి మిగిలినవారిని వొదిలేద్దాం. అదంత ముఖ్యమైన విషయం కాదు" అంది.

"అలాగైతే సరేలేండి. మిగతావాళ్ళనంతా పక్కకు తోసేస్తే సరిపోతుంది" అన్నాడతను.

"ఒకవేళ ఆ ఇద్దరిలో ఒకరు ఆమె పట్ల విపరీతమైన ప్రేమను కలిగివుండి, అతనా ప్రేమను ఆమె ముందు ప్రకటించివుంటే ఆ ప్రకటన అంటే అతనేమని చెప్పివుంటాడో మీరు ఊహించగలరనుకుంటాను"

"ఒక్క నిముషం ఆగండి" అని తత్త్వజ్ఞాని తన నోటుబుక్కు తీసి "అతనేమన్నాడో చెప్పండి. ఆ మాటల్ని రాసుకోవడం ఉత్తమం"

"అతను ప్రేమను వ్యక్తపరిచాడు అని చెప్పటం కంటే ఆమెను వివాహం చేసుకుంటానని చెప్పాడని చెప్పొచ్చు" అంటూ తత్త్వజ్ఞాని ముఖాన్నే చూసింది.

"ఎంత మూర్ఖుణ్ణి నేను. మీరు ప్రత్యేకించి వాడినపదాన్నే మరిచిపోయాను" అని మెల్లగా గొణుక్కుంటున్న అతన్ని చూసి ఆ అమ్మాయి నిట్టూర్పు విడిచింది.

"ఆమె వేపు పెద్దవాళ్ళకూ అతను నచ్చాడు"

"అంటే సమస్యే లేదన్న మాట"

"అయితే ఆ అమ్మాయి అతన్ని ప్రేమించటం లేదు కదా ! ఆమెకు అతనిపట్ల ఎలాంటి ఆసక్తి లేదు. నేను చెప్పింది అర్థమయ్యిందా?"

"ఓహో ... ఒక్కొక్కసారి అలా జరగటం సహజమే"

"ఆమెకు మరో వ్యక్తితో పరిచయం ఉందనుకోండి" మధ్యలో ఆపి అతని వేపు చూసింది. అతను ఏదో రాసుకుంటూ కనిపించాడు. వెంటనే అడిగింది, "ఏం రాసుకుంటున్నారు?"

"ఏమీ లేదు. ఇక్కడ 'బి' అని రాసుకున్నాను. కావాలంటే చూడండి" అంటూ తను రాసుకున్నది ఆమెకు చూపాడు.

అతని ప్రవర్తనకు ఎలా స్పందించాలో ఆమెకు అర్థం కాలేదు. ఆమె పెదాలపై చిరునవ్వు తొంగి చూసింది.

"సరే ! ఆ మరో వ్యక్తి ఆమె స్నేహితుడు. చాలా బుద్ధిమంతుడు. నెమ్మదస్తుడు. ఓ విధంగా భయస్థుడు. చక్కటి ఆకర్షణీయమైన వ్యక్తిత్వం కలవాడు. ఇదంతా మీరు రాసుకోవాల్సిన అవసరం లేదు"

"నిజమే, దాని అవసరం లేదు" అంటూ తత్త్వజ్ఞాని తను రాసుకున్న బుద్ధిమంతుడు, ఆకర్షణీయమైన పదాలను కొట్టివేశాడు.

"ఆ అమ్మాయి అతన్ని ఆరాధిస్తోంది. అంతేకాదు. ప్రపంచంలో అతనో అసాధారణ వ్యక్తిగా భావిస్తోంది. ఆమె అతన్ని " సగంలో ఆపిందామె.

తత్త్వజ్ఞాని తలెత్తి ఆమె వేపు చూశాడు. అప్పటికే ఆమె కలలోకి జారిపోయినట్టు ఆమె కళ్ళు అరమోడ్పులయ్యాయి. ఆమె దృష్టి మరల్చటానికి పెన్సిల్‌ను ఆమె కళ్ళ ముందు ఆడిస్తూ "నేను వింటున్నాను. ఆ తర్వాత..." అన్నాడు.

ఆమె ఈ లోకంలోకి వచ్చి నిదానంగా చెప్పసాగింది, "ఆ అమ్మాయి పట్ల అతనికి కాసింతైనా ఆసక్తి కలిగివుంటే ఆమె పాలిట అదో గొప్ప విషయమై ఉండేది. ఆమె ఎంతో అదృష్టవంతురాలై ఉండేది"

"అంటే... ఆమె అతని భార్య కావాలనుకుందా?"

"అవును. అలా కావాలనే నేను ఆశపడ్డాను"

"మీరు విచిత్రంగా మాట్లాడుతున్నారు?" అతను ఆమె మాటలకు ఆశ్చర్యపోతూ అతనన్నాడు.

ఆ అమ్మాయి ఆతని వేపు ఓ చూపు విసిరి అంది, "నిజం ! నాకు అతన్ని పెళ్లాడాలనే ఆశ ఉండింది"

"ఆహా ! తరువాత?"

"కాని ..." ఆగింది.

మళ్ళీ ఏదో ఆలోచనలో మునిగిపోయినట్టు మౌనంగా ఉండిపోయింది. ఆమె వేళ్ళు గడ్డిపోచల్ని లాగటానికి అటూ ఇటూ కదులుతున్నాయి. నెమ్మదిగా చూపును అతని వేపు తిప్పి అంది, "కాని అతను మాత్రం ఏమీ పట్టించుకోకుండా ఉండిపోయాడు. ఆమె అంటే అతనికిష్టం. నా ఉద్దేశ్యంలో అతను నిజంగానే ఆమెను ఇష్టపడేవాడు"

"ఆమెను ద్వేషించేవాడు కాదు. అంటే ఒక విధంగా ఉదాసీనంగా ఉన్నాడని చెప్పొచ్చు కదా?"

"ఏమో? బహుశా మీ ఊహ నిజమే కావచ్చు. అతని స్వభావమూ అలాంటిదే. ఆమె మనస్సుకు అతను సరిగ్గా అర్థం చేసుకోలేదని నాకనిపిస్తోంది. ఆమె ఎంత అందంగా ముద్దుగా ఉంటుందో...ఇదంతా మీరు రాసుకోవాల్సిన అవసరం లేదు"

"అరే ! నేనిప్పుడు అదే రాయబోయాను" అంటూ ఆమె వేపు చూశాడతను.

"ఆమె అతన్నే సర్వస్వంగా భావించింది. ఆతని జీవిత సహచరి కావటమే స్వర్గం అనుకునేది. తనని పెళ్ళి చేసుకుంటే అతన్ని ఎల్ల వేళలా సంతోషపెట్టాలని ఆశపడేది. అతనంటే ఆమెకు ఎంతో ఇష్టంగానూ, గర్వంగానూ ఉండేది"

"నిజమా?"

"ఎలా చెప్పాలో అర్థం కావటం లేదు. ఒక్క విషయం మాత్రం చెప్పగలను. ఒక వేళ అతను ఒకే ఒక్కసారి తన మనసును దాచుకోక ఆమె వేపు చూశాడా ఆమెకు దాసుడైపోయేవాడు. అంతటి సౌందర్యరాశి ఆమె. అయితే అతను ఏ స్త్రీని కన్నెత్తి చూసేవాడు కాదు"

"ఈ మాట మీరింతకు ముందే చెప్పారు"

"ఓహ్ ! మిస్టర్ జెర్మింగ్ హ్యామ్ ! నేను ఆ విషయాన్ని ముందుగానే చెప్పానని నాకు తెలుసు. కానీ మీరు అర్థం చేసుకోటానికి ప్రయత్నించండి. ఈ ప్రపంచంలో ఓ మగవాడు ఏ స్త్రీనైనా ఇష్టపడకుండా ఉంటాడా?"

"నిస్సందేహంగా అందరూ ఇష్టపడతారు"

"అయితే ఇప్పుడామె ఏం చేయాలో మీరే చెప్పండి" వెంటనే అడిగింది.

ఆమె భావావేశానికి లోనైనట్టు ఊపిరి వేగంగా పీల్చుకుంటోంది. ఓ క్షణం గడిచాక సర్దుకుంది. మెల్లగా ఇలా అంది-

"సారీ మిస్టర్ జెర్మింగ్ హ్యామ్, నేను చెప్పిందంతా వాస్తవంగా జరిగింది కాదు. నేను చదివిన నవలలోని ఓ సంఘటన మాత్రమే" అలా అన్నప్పటికీ ఆమె ముఖం ఎర్రబారింది.

"నాకు అర్థమైంది. చాలా ఆసక్తిగా ఉంది. అయితే నాదో ప్రశ్న? ఆ అమ్మాయి ఎవరినైతే ప్రేమించటం లేదో అతనామెను గాఢంగా ప్రేమిస్తున్నాడు. ఆమె తన ప్రేమను అతనిపై మరల్చి అతన్నెందుకు చేసుకోకూడదు? మీ అభిప్రాయం ప్రకారం అతన్ని ఆమె ఇష్టపడటం లేదని చెప్పారు"

"అవును ! అతన్ని ప్రేమించి పెళ్లాడాలనే భావన ఆమెకెప్పుడు కలగలేదు. అతన్ని కేవలం ఓ మంచి స్నేహితుడుగానే చూసేది"

"అదీ నిజమే ! పోనీ ఆమె తాను ప్రేమిస్తున్న వ్యక్తినే చేసుకోవచ్చు"

"అదెలా సాధ్యం? ఆమెపై అతనికెలాంటి భావం ఉందో అతను వ్యక్తం చేయలేదు"

"అవునవును ! ఆ విషయం మరిచాను. పోనీ మనం మరోలా ఆలోచిస్తే? ఆ వ్యక్తి... అంటే ఆమె ప్రేమిస్తున్న వ్యక్తి ఆకస్మాత్తుగా తన అంగీకారాన్ని తెలిపితే అప్పుడామె ఆ ఇద్దరిలో ఎవర్ని తను పెళ్ళి చేసుకుంటే ఎక్కువ సుఖపడుతుందని భావిస్తోంది?"

"మీరలా తొందరపడి ఓ నిర్ణయానికి రావటం పొరబాటనుకుంటాను"

"అదేం కాదు, నా మాటలు తర్కబద్ధంగా ఉన్నాయి. ఆ తరువాత అవసరమైతే దాని వల్ల ఉత్పన్నమయ్యే అనుమానాలను మనం మార్చుకోవచ్చు"

"అది నాకనవసరం. హఠాత్తుగా ఆమె ప్రేమిస్తున్న వ్యక్తి తన అంగీకారాన్ని తెలిపితే ఆమె ఏం చేస్తుందో నాకు బాగా తెలుసు"

"మీరు ఓ అడుగు ముందుకే ఆలోచిస్తున్నారు"

"ఫరవాలేదు. అది నా స్వభావంగా మీరు గుర్తించవచ్చు. అయితే నేను చెప్పబోయేది కాస్త వినండి"

"సరే ! అసలు విషయానికి వద్దాం. ఇప్పుడు 'ఏ' అనే వ్యక్తి ఆమెను వివాహమాడటానికి సిద్ధంగా ఉన్నాడు. 'బి' అనే వ్యక్తి ముందుకు రాలేదు"

"అవును"

"అలాగైతే మీరు ఈ సమస్యను మరోలా కూడా ఆలోచించవచ్చు. ఆమె మనస్సులో 'బి' అనే వ్యక్తి చోటు చేసుకున్నాడనే అంశాన్ని వొదిలేస్తే, మిగిలిన అన్ని కోణాల నుంచి చూస్తే 'ఏ' వ్యక్తే ఆమెను అన్ని విధాల తృప్తిపరిచే వరుడవుతాడు"

"కావచ్చు"

"అలాంటప్పుడు ఆ అమ్మాయి 'ఏ'ను వివాహమాడితే కొంతలో కొంతైనా సుఖశాంతులతో జీవిస్తుందని అనుకోవచ్చుకదా?"

"అనుకోవచ్చు, కాని సంపూర్ణమైన సుఖసౌఖ్యాలతో కాదు. ఎందుకంటే ఆమె మనసులో ..."

"అది సహజమే. అయినా కొంత వరకు సుఖంగా బతకొచ్చు"

"బహుశా మీరు చెప్పేది నిజం కావచ్చు, కాని నాకు తెలీదు"

"ఒక వేళ 'బి' ఆమెను ఒప్పుకుంటే అప్పుడు ఆమె పొందే ఆనందం మరోలా ఉంటుంది"

"అవును మిస్టర్ జెర్మింగ్ హ్యామ్ ! 'బి' ఒప్పుకుంటే ఆమెకు లభించే ఆనందం ఆనంతం"

"ఇద్దరికీ ఆ ఆనందం లభిస్తుందా?"

ఆమె మాత్రం తప్పకుండా ఆనందిస్తుంది. అతని గురించి ఆలోచించకండి"

"అలాగైతే మన సమస్య మరింత సులభమైంది. ప్రస్తుతం మనకున్న సమస్య

'బి'ను ఆమె వేపుకు మరల్చడం. అంతేనా?"

"అవును"

తత్త్వజ్ఞాని తన చేతులపై వెనక్కు వాలి ఆమె వేపు చూస్తూ అన్నాడు, "ఈ సమస్య ఆమె ఆలోచనా విధానంపై ఆధారపడింది. ఆదెంతవరకు ఫలిస్తుందో లేదా ఫలించదో మీకు తెలుసునా?"

"నాకు తెలియదు. ఆ కోణంలో ఆలోచించలేదు. అతడొకసారి..."

"అంటే?"

"ఆమె కోరుకున్నట్టు ఆమె వేపు దృష్టి మళ్ళించేదాకా?"

"ఒకవేళ అతని దృష్టి ఆమె మీద పడిందనుకుందాం. లేదా అలాంటి అవకాశం లభించిందని అనుకుందాం. అప్పుడైనా ఆమె తన కోరిక బయటపెట్టదా?"

"అందుకు ప్రయత్నిస్తుందేమో? ఊహూ (! ఆమె అలా చేయదు. ఎందుకంటే అతను ఇలాంటి విషయాలకు చలించడు"

"ఇప్పుడు నాకంతా అర్థమయింది మిస్.మే. మనం ఈ స్థాయిలోనే సమస్యను పరిష్కరించుకోవచ్చు"

"నిజంగానా?"

"అవును ! నాకలాగే అనిపిస్తోంది. అతని స్వభావాన్ని గమనిస్తే అతనికి ఆమె పట్ల ఎలాంటి ఆసక్తి ఉన్నట్టు కనిపించదు. ఇక పెళ్ళి గురించి అతనికి ఆలోచనే ఉన్నట్టు కనిపించదు. ఏదైనా భావాలు అతని మనసులో కలిగితే అవి కృత్రిమమైనవే కాని సహజసిద్ధమైనవి కావు. ఆలోచన అతన్ని సదా వేధించదు. తాత్కాలికంగానే ఉంటుంది. అంతేకాదు, ఒకవేళ ఆమె అతన్ని తన వేపు తిప్పుకోటానికి ప్రయత్నిస్తే అది మరోలా పరిణమించవచ్చు. మిస్.మే, నేను చెబబుతోంది వింటున్నారా?"

"వింటున్నాను"

"ఆమె కోరికను అతను తిరస్కరించవచ్చు. అది అసంభవం కాదని మీరు ఒప్పుకోవాలి. ఏది ఏమైనా ఆమె అతని దృష్టిలో చులకనయ్యే అవకాశం ఉంది. ఆమె స్నేహం హితకరమని అనిపించకపోవచ్చు. లేదా ఆమె నడవడికను అతను అపార్థం చేసుకోవచ్చు"

"దేని వల్ల"

"సభ్యతను తప్పుగా భావించడం వల్ల లేదా విషయాన్ని అపార్థం చేసుకోవడం వల్ల. ఈ రెంటిలో ఏ ఒకటి జరిగినా ఆశ్చర్యపడక్కర్లేదని ఒప్పుకుంటారా?"

"నిజమే ! అలా జరగొచ్చు. కాని అతనే ఆమెను అర్థం చేసుకుని ఆమెను ప్రేమించడం మొదలెడితే ..."

"ఓహ్ ! మీరు మళ్ళీ కల్పనాలోకంలో విహరిస్తున్నారు. నా దృష్టిలో ఈ కలలు కనటమనేది ఓ భ్రాంతి. ఆమె 'ఏ' వ్యక్తిని వివాహమాడాల్సిన పని లేదు. కాని 'బి'ని అతని మానాన అతన్ని వొదిలేయడం ఉత్తమం"

ఇద్దరి మధ్య కొన్ని క్షణాలు మౌనం రాజ్యం చేసింది.

తత్త్వజ్ఞాని ఒడిలోని గ్రంథాన్ని చూశాడు. కళ్ళద్దాలు తీశాడు. లెన్స్ తుడిచి మళ్ళీ పెట్టుకున్నాడు. ఆపిల్ చెట్టు మొదలుకు ఒరిగాడు. ఆ అమ్మాయి పచ్చటి పూలరేకులను త్రుంచి కింద పారవేయసాగింది. చివరికి ఇద్దరి మధ్య మౌనాన్ని చెదరగొడుతూ అడిగింది,-

"అయితే 'బి' మనస్సును మార్చటం సాధ్యం కాదా?"

"అది అతనెలాంటి వ్యక్తి అనే అంశంపై ఆధారపడివుంటుంది. అతడొక దృఢమనస్కుడై, జ్ఞానార్జన పట్ల ఆసక్తి కలవాడైతే అతనికి 'స్త్రీ' అవసరం అనిపించదు"

"అతను మీరు వర్ణించినటువంటి మనిషే" పూలరేకును కొరుకుతూ అందామె.

"అయితే అతని మనస్సు మార్చటం కష్టం. ఎప్పటికీ మారదు"

"అలాగైతే మీరామెకు 'ఏ' ని పెళ్ళి చేసుకోమని చెబుతారా?"

"అవును ! జరుగుతున్నదంతా చక్కగా గమనిస్తే నాకు అదే ఉత్తమమని అనిపిస్తుంది. 'ఏ' చాలా మంచివాడు. అతను ఆమె కోసమే పుట్టినట్టున్నాడు. ఆమె పట్ల ఆతనికున్న ప్రేమ ప్రామాణికమైంది"

"భయపెట్టేది కూడా"

"కావచ్చు. అది ప్రేమకు పరాకాష్ఠ. ఆమెకు అతని పట్ల అయిష్టమేమీ లేదు. అంటే కొంత ఇష్టపడుతున్నట్టే. ఇప్పుడది ప్రేమ కాకపోవచ్చు. కాని ఈ భావన ముందు ముందు గాఢానురాగమై ప్రేమగా పరిణమించొచ్చు. అతని పట్ల అభిమానం కలగొచ్చు. అప్పుడామెతో 'బి' పట్ల ఉన్న భ్రమ కరిగి 'ఏ'కు మంచి భార్య కాగలదు"

"మిస్.మే ! ఒకవేళ నేనే ఆ నవలా రచయితనై ఉంటే ఆమెకు 'ఏ'తో వివాహం జరిపించి నవలను సుఖాంతం చేసేవాడిని"

మౌనం ఇద్దరి మధ్య ఓ క్షణాన్ని ఏలుకుంది. అతనే ఆ మౌనాన్ని ఛేదిస్తూ అన్నాడు, "మిస్.మే! ఇదేనా మీరు నా నుంచి తెలుసుకోవాలనుకున్నది" అన్నాడు మళ్ళీ గ్రంథాన్ని తెరుస్తూ.

"అవును! నా మాటలు మీకు 'బోర్' కొట్టించాయా?"

"లేదు. నిజానికి ఈ చర్చ నాకు చాలా ఆనందాన్ని కలిగించింది. మానసిక సమస్యలను కూడా నవలలో చిత్రిస్తారనే విషయం నాకు తెలియదు. వీలుచేసుకుని ఇలాంటి నవలల్ని చదువుతాను"

అమ్మాయి పక్కకు తిరిగింది. ఆమె ఒక పార్శ్వం మాత్రం అతని వేపుంది. ఆమె

కళ్ళు గడ్డి మైదానాన్ని పరికిస్తున్నాయి. ఆపిల్ తోట చివరన ఉన్న ఆ మైదానం సూర్యుడి ఎండలో మెరుస్తోంది. కంఠాన్ని తగ్గించి ఆమె అడిగింది-

"ఒక వేళ 'ఏ' ను పెళ్ళి చేసుకుని వెళ్ళిపోయాక, తన పట్ల ఆ అమ్మాయి ఎన్నో ఆశలు పెట్టుకుందని 'బి'కు తెలిసి కాస్తయినా దుఃఖం కలుగుతుందని మీకనిపించదా?" అలా అడిగేటప్పుడు ఆమె చూపుడు వేలితో తొడమీద సున్నాలు చుడుతోంది.

"అతనొక మామూలు వ్యక్తే అయితే బాధపడేవాడు"

"నా ఉద్దేశ్యం ఏమిటంటే తాను చేసుకున్న తప్పుకు అతను విచారించడా? తనను కోరి వచ్చినదాన్ని చూస్తూ చూస్తూ పోగొట్టుకున్నందుకు బాధపడడా?"

తత్త్వజ్ఞాని కళ్ళు ముసుకుని తపస్సుచేస్తున్నట్టు మౌనంగా ఉండిపోయాడు. ఆ తరువాత మెల్లగా అన్నాడు-

"అలా కూడా జరగొచ్చు అది నేను ఊహించలేను"

మెరుస్తున్న గడ్డి మైదానాన్నే చూస్తూ ఆమె అడిగింది, "అతను జీవితంలో మళ్ళీ ఆమెలా తనను ప్రేమించేవారిని చూడలేడు"

"బహుశా చూడలేడేమో" ఒప్పుకున్నాడతను.

"ఎంతో మంది ప్రేమించబడాలని ఎదురుచూస్తారు కదా?"

"ప్రపంచపు నైజమే అంత!"

"నిజమే !" విషాదంగా నవ్వుతూ మిస్.మే మళ్ళీ అంది, "అతను ముసలివాడైతే చూసుకునేవారెవరూ ఉండరు"

"అవును"

"సంసారముండదు"

"ఎవరూ ఉండరు" ఆమె మాటల్ని సరిచేశాడు. ఆ తరువాత నవ్వుతూ అన్నాడు. "మీరు నాలో భయాన్ని రేకెత్తిస్తున్నారు. మీకు తెలిసినంతలో నేను బ్రహ్మచారినే కదా?"

"ఊ (! " మూల్గిందామె.

"మీ భయాలన్నీ నా ముందు నుంచున్నాయి"

"అలా కాకుండా ఉండాలంటే ..."

తత్త్వజ్ఞాని ఆమె మాటలకు గట్టిగా నవ్వసాగాడు.

ఆ అమ్మాయి చప్పున లేచి నుంచుంది. ఓ క్షణం అతన్నే చూస్తూ ఉండిపోయింది. ఏదో అనాలని నోరు తెరిచింది. నాలుక చివరనున్న మాటల్ని తలుచుకోగానే ముఖం ఎర్రబారింది. మాటల్ని మింగేసింది. తత్త్వజ్ఞాని ఆ విషయాన్ని గమనించలేదు. మిలమిలమని మెరిసే గడ్డి మీద అతని దృష్టి కేంద్రీకృతమై ఎలాంటి వికారభావాలకు తావివ్వక శాంతంగా ఉండిపోయింది"

"ఎండ ఎంత అంతంగా ఉంది" అన్నాడు.

ఆమెలోని ఆకర్షణ కరిగిపోయినట్టనిపించింది.

ఆమె పెదాలు మళ్ళీ బిగుసుకున్నాయి.

మౌనంగా వెనక్కి తిరిగి మెల్లగా అడుగులు వేస్తూ అక్కణ్ణుంచి వెళ్ళిపోయింది.

అలా ఆమె తలవంచుకుని వెళుతున్నప్పుడు ఆమె పావడా రెపరెపమనే చప్పుడు తత్త్వజ్ఞాని చెవుల్లో పడ్డది.

కొన్ని క్షణాలు ఆమె వేపే చూస్తుండిపోయాడు.

"వయ్యారంగా ఉన్న అందాల చిన్నది" అనుకుంటుండగా అతని పెదాలపై నవ్వు కదిలింది. మళ్ళీ పుస్తకం తెరిచాడు. అతను పుస్తకం పూర్తి చేసేసరికి సూర్యుడు నడినెత్తి మీది నుంచి పశ్చిమం వేపు వెళ్ళిపోయాడు. తన చేతి గడియారాన్ని చూసుకుని "అబ్బా ! అప్పుడే రెండు గంటలయిందా? భోజనానికి వేళయింది" అనుకుని దిగ్గున లేచి అడుగులు వేయసాగాడు.

భోజనానికి వచ్చేసరికి బాగా ఆలస్యమైంది.

"పదార్థాలన్నీ చల్లబడ్డాయి. ఇంతసేపు ఎక్కడికి వెళ్ళారు మిస్టర్ జెర్మింగ్ హ్యామ్?" అడిగింది హోటల్ యజమాని.

"తోటలో చదువుకుంటూ ఉండిపోయాను"

"మీరు మిస్. మేను పోగొట్టుకున్నారు"

"నేను మిస్.మేను పోగొట్టుకున్నానా? అంటే ఏమిటి? ఉదయం నుంచి ఇప్పటి వరకు ఆమె తోటే మాట్లాడుతూ ఉన్నాను. ఎంతో కుతూహలాన్ని కలిగించే విషయాలు మాట్లాడుకున్నాం"

"అయితే ఆమెకు వీడ్కోలు చెప్పటానికి మీరు రాలేదు. రెండు గంటల ట్రైనుకు ఆమె వెళ్ళిపోయింది"

'ఛీ ! ఎంత మతిమరుపు తనకు' అని మనసులోనే బాధపడ్డాడు.

"ఆమె మీకు శుభాకాంక్షలు తెలపమంది"

"చాలా మంచి అమ్మాయి. నా తప్పును నేనే క్షమించలేను"

ఆమె అతన్ని ఓ క్షణం పరిశీలనగా చూసింది. ఆ తరువాత దీర్ఘంగా నిట్టూర్పు విడిచి ముఖంలో నవ్వు తెచ్చుకుంది. మళ్ళీ నిట్టూర్పు విడిచింది.

"మీకేం కావాలో అవన్నీ ఉన్నాయా?" అడిగిందామె.

"ఉన్నాయి" అంటూ కుర్చీలో కూర్చున్నాడు. పుస్తకాన్ని బల్ల మీద పెట్టాడు. పుస్తకాన్ని తెరిచాడు. చివరి భాగాన్ని త్వరత్వరగా చదివి ముగించాలనుకున్నాడు. "నాకు కావలసిందంతా దొరికింది" అన్నాడు.

ఆమె అతనితో ఆ అమ్మాయి ఆపిల్ తోట నుంచి పరిగెత్తుకుంటూ రావటం, గబగబా మేడ మెట్లెక్కడం, ఆ తరువాత తన ఎదుట తొణికిన అతని తిరస్కారం ...ఇవేవి చెప్పలేదు. ఆమె ఏదో తనకు సూచించినట్టుగానీ, తాను దాన్ని తోసిపుచ్చినట్టుగానీ అతనికి తెలీనేలేదు. చదవటం ఆపి మాట్లాడినప్పుడు కూడా ఆ ఆలోచన అతనికి స్ఫురించలేదు.

'ఆమెను కలుసుకోలేకపోవడం నిజంగా నాకు చాలా బాధగా ఉంది. అదో విచిత్రమైన సంఘటన. నాకు తెలిసినంతలో నేను సరియైన సమాధానమే ఇచ్చాను. ఆ అమ్మాయి 'ఏ' నే చేసుకోవాలి' అని అనుకున్నాడతను.

అతననుకున్నగానే ఆ అమ్మాయి పెళ్ళి చేసుకుంది !

*****

(విపుల, మాసపత్రిక)

అఫ్రికా కథ : చినుఆ అచెబె

హుతాత్ముల దారి

మైకల్ ఓబి కలలు అతను అనుకున్న సమయం కంటే తొందరగానే ఫలించాయి. పిన్న నవయస్సులోనే, అంటే 1948 జనవరిలోనే ఎన్‌డుమె కేంద్ర మాధ్యమిక పాఠశాల ప్రధానోపాధ్యాయుడిగా నియమింపబడ్డాడు. బాగా వెనుకబడ్డ స్కూలు కావడం వల్ల పాఠశాలను ప్రగతిపథంలో నడిపించే ఉద్దేశ్యం మిషనరీ అధికారులది. ఆ కారణంగానే ఒక ఉత్సాహవంతుడైన, ప్రగతిశీల చింతనలుగల యువకుణ్ణి పంపించాలని చర్చి పాలకమండలి సభ్యులు తీర్మానించారు. అలాంటి యువకుడి కోసం అన్వేషించసాగారు. అదే సమయంలో మైకేల్ వారి దృష్టిలోపడ్డాడు. వెంటనే అతడిని కొత్త పదవికి ఎంపిక చేశారు.

ఓబి ఈ కొత్త బాధ్యతను సంతోషంగానే అంగీకరించాడు. అత్యంత ఉత్సాహంగానూ, మనస్ఫూర్తిగానూ తనకు అప్పగిమచిన భాద్యతను నిర్వహించడానికి సిద్ధమయ్యాడు. మాధ్యమిక శిక్షణలో అతడు పొందిన సర్టిఫికెట్లు అతడిని 'ఆదర్శ ఉపాద్యాయుడు' అని గుర్తించాయి. ఈ కారణంగానే అతను ఇతర ప్రధానోపాధ్యాయులకన్నా భిన్నమైనవాడు. అతని తల ఉదాత్తమైన, ప్రగతిపరమైన చింతనలకు స్థావరం. తన తలలో నాట్యం చేస్తున్న ఎన్నో అద్భుతమైన ఆలోచనలను కార్యరూపంలో తేవడానికి అతనికి ఇదొక సదావకాశంగా తోచింది. మంచి విద్యాభ్యాసం, అనుభవపు నేపథ్యమూ అతడికి ఉత్తమ అధ్యాపకుడిగా విద్యాశాఖలో గుర్తింపు ఉంది. అల్ప విద్యతో, సంకుచిత మనోభావాలు కలవారిని అతను విమర్శించటంలో ఎప్పుడూ ముందుండేవాడు.

"మనకు లభించిన ఈ పదవోన్నతిని పాఠశాల అభివృద్ధికి ఉత్తమంగా, అద్భుతమైన ఉపయోగించొచ్చుకదా !" అన్నాడు ఓబి రాత్రి తన భార్యతో ఈ పదోన్నతి గురించి తెలియజేస్తూ.

"అవునవును. మన శక్తికి మించి అత్యంత ఉపయుక్తమైన పనినే చేద్దాం. సుందరమైన తోటను పెంచుదాం. చక్కటి పూల మొక్కలను వేద్దాం. మనం చేసే పనులన్నీ ఆధునికంగా, ఆనందదాయకంగా ఉండేలా చూద్దాం" అంటూ ఓబి భార్య నాన్సి

సంతోషంగా పొంగిపోయింది.

భర్యలో ఎంత ఉత్సాహం ఉండిందో ఆమెలోను అంతే స్థాయిలో ఉత్సాహం పొంగిపొర్లింది. ఈ రెండేళ్ళ దాంపత్య జీవితంలో భర్త ఆధునిక, వైజ్ఞానిక కొత్త ఆలోచనల మత్తు ఆమెకూ ఎక్కింది.

విద్యాశాఖలో ఉన్న పాతకాలపు ఉపాధ్యాయులు పాతవైన, నిరుపయోగమైన ఆలోచనలతో తలలు నింపుకుని ఉన్నారు. అలామటివారు ఉపాధ్యాయులు కావటం కంటే ఓనిట్లా మార్కెట్లో వ్యాపారస్థులుగా ఉండటం ఉత్తమం. ఇది పాతకాలపు ఉపాధ్యాయు పట్ల ఓబి అభిప్రాయం. భర్త అభిప్రాయాన్ని సమర్థిస్తున్నట్టు ఆమె కూడా తలూపింది.

ఆమె అప్పటికే ఇరుగుపొరుగువారంతా మెచ్చుకునే గౌరవనీయురాలైన హెడ్‌మాస్టర్ భార్యగా, స్కూలుకు రాణిగా తనను తాను చిత్రించుకోసాగింది. తను అన్నింటా కొత్తదనాన్ని తెస్తుందని ఇతర ఉపాధ్యాయుల భార్యలు తనను చూసి అసూయ పడతారని అనుకుంది. అంతలోనే ఓ అనుమానం ఆమె మనసులో మెదిలింది. ఇతర ఉపాధ్యాయులకు ఇంకా పెళ్ళే కాకుండా ఉంటే ...భార్యలే లేకుండా ఉంటే ... నమ్మకాలు అనుమానాల మధ్య ఆమె తన భయాన్ని తన భర్త ముందు బయటపెట్టింది.

"మనతో కలిసి పని చేసే ఉపాధ్యాయులంతా యువకులు. ఇంకా ఎవరికీ పెళ్ళి కాలేదు" అతను ఉత్సాహంగా అన్నాడు.

ఈమె ఆ ఉత్సాహంలో భాగస్థురాలయ్యే స్థితిలో ఉండలేదు. ఈమె బాధను గమనించకుండా ఆతను కొనసాగించాడు.

"ఒక విధంగా అదే మంచిది..." అన్నాడు మళ్ళీ.

"ఎందుకు?" ఉత్సాహం తగ్గినా, కుతూహలంతో నాన్సి అడిగింది.

"ఎందుకంటే తమ పూర్తి సమయాన్ని. శక్తిసామర్థ్యాలను పాఠశాల అభివృద్ధి కోసం కేటాయిస్తారు"

నాన్సి ఖిన్నురాలైంది. కొత్త స్కూలు పట్ల కూడా ఆమెలో నిరుత్సాహం కలిగింది. అయితే అది ఒకటి రెండు క్షణాలు మాత్రమే. ఒక చిన్న కారణంగా తన భర్తకు లభించిన ఈ సదవకాశాన్ని కాలితో తన్నడానికి ఆమె సిద్ధంగా లేదు.

ఓబి దేహాన్ని ముడుచుకుని కుర్చీలో కూర్చున్నాడు. అతడి కళ్ళు నిస్తేజంగా ఉన్నాయి. అయితే తనలోని మనోశక్తిని ఒక్కసారి విస్ఫోటింపజేసి పరుగులు తీసే విశేషమైన శక్తి అతనిలో ఉంది. ఇలా చేసి ప్రజలను ఆశ్చర్యపరిచే అపురూపమైన సామర్థ్యం అతనిలో ఉంది.

అతను కూర్చున్న భంగిమలో అతని శారీరక బలం లోతుకు పోయిన అతడి కళ్ళ ముందు ఓడిపోయినట్టు కనిపిస్తుంది. చూడటానికి సన్నగా ఉన్న అతను పోట్లాటకు

దిగితే ఎలాంటివారినైనా భయపెట్టేసేవాడు. అతని ఒంటి బలమంతా లోతుకు దిగిన అతని కళ్లలో ఉన్నట్టు కనిపిస్తుంది. ఆ బలమే ఆ జత కళ్ళకు చీల్చి చెండాడే అసమాన్యమైన శక్తిని ఇచ్చినట్టు కనిపిస్తోంది. తేతికి ఇంకా ఇరవై ఆరే. అయితే ముప్ఫయి దాటినవాడిలా కనిపించేవాడు. మరీ అందంగా లేకపోయినా చూడటానికి లక్షణంగా ఉన్నాడు.

"ఏమిటో లోతుగా ఆలోచిస్తున్నావు?" నాన్సి కొంచెం ఆసక్తితోటే సఅడిగింది.

"అవును. ఒక పాఠశాలను ఏ విధంగా ఉత్తమమైన మార్గంలో నడపాలో ఈ జనాలకు చూపించడానికి ఎంత చక్కటి అవకాశం కదా?" అని అంటున్న ఓబి కళ్లలో ఓ విచిత్రమైన కాంతి మెరిసిమది.

అతను హెడ్‌మాస్టర్ కానున్న ఎల్‌డుమె మాధ్యమిక పాఠశాల అన్ని కోణాల్లోనూ చాలా వెనుకబడి ఉంది. ఆ కారణంగానే అతను తన మేధాశక్తిని, తెలివితేటల్ని, అంతే కాదు తన జీవితం మొత్తాన్నీ పాఠశాల ఉన్నతి కోసమ ముడుపు కట్టి పెట్టాడు. అతని భార్య కూడా అతని ఉత్సాహంలో భాగస్థురాలైంది. అతని కళ్ళెదుట రెండు గమ్యాలున్నాయి. ఒకటి, బోధనలో ఉన్నతస్థాయిని సాధించడం; రెండవది, పాఠశాల ఆవరణను సుందరం ఉద్యానవనంతో తీర్చిదిద్దడం.

వర్షాకాలం మొదలవుతుండగా ఓబి – నాన్సిలు కన్న కలల పూతోట ఆమె కళ ముందు సాకారం పొంది కళకళాడుతూ నుంచుంది.. పాఠశాల దగ్గరే పిచ్చిగా పెరిన పొదలకు భిన్నంగా సుందరమైన మందారం, బాదాం, చెట్లు కంచె స్కూలు పాఠశాలకు గొప్ప కళను తెచ్చి పెట్టింది. కంచె పొడువునా పెంచిన మొక్కలు రంగు రంగుల పువ్వులతో కనులకింపుగా తయారైంది.

ఒక సాయంత్రం ఓబి తన సహోద్యోగితోపాటు తన పాఠశాల తోటలో పచార్లు చేస్తూ తన చేతులతో చేసిన చెటను, పూల మొక్కలను ఆప్యాయంగా చూస్థు మురిసిపోతున్నాడు. అతనలా చూస్తుండగానే ఓ ముసలిది కుంటుకుంటూ గ్రామం వేపు నుంచి వచ్చి కంచెలోంచి దూరి, పాఠశాల ఆవరణలోని పూలమొక్కలను దాటి మరొక వేపునవున్న కంచెలోంచి దూరి బయటికి వెళడం కనిపించింది.

ఓబి లేచి వెళ్ళి చూశాడు. ఆమె వెంట నడిచాడు. అక్కడ అస్పష్టంగా పల్లె నుంచి ఊరి బయటి దట్టమైన పొదల వేపు వెళ్ళడానికి అనువుగావున్న కాలిబాట కనిపించింది. అంతగా ఎవరూ ఉపయోగించని ఆ దారి పల్లె నుమచి పాఠశాల కాంపౌండ్ గుండా పలెకు మరో వేపుకు సాగుతున్నట్టు అర్థమైంది.

రాత్రంతా ఈ దారి గురించిన ఆలోచన అతడిని వేధించసాగింది.

మరుసటి ఉదయం మిగతా ఉపాధ్యాయులు వచ్చిన వెంటనే ఓబి విషయం లేవదీశాడు.

"ఆ పల్లెటూరి జనాన్ని ఈ కాలిదారిని ఉపయోగించడానికి అనుమతి ఇస్తున్నారే. అలా ఎందుకు వొదిలారో నాకు అర్థం కావడం లేదు. ఇది పద్ధతి కాదు" అన్నాడు ఓబి అసహనంగా తల గోక్కుంటూ.

మూడేళ్ల నుంచి అక్కడే పనిచేస్తున్న ఓ ఉపాధ్యాయుడు క్షమాపణ అడిగే రీతిలో అన్నాడు, "సార్ ! ఆ దారి వాళ్ళకు చాలా ముఖ్యమైందని అనిపిస్తోంది. సామాన్యంగా వారు ఆ దారిని ఉపయోగించకపోయినా గ్రామంలోని దేవాలయం నుంచి గ్రామం బయటవున్న స్మశానానికి వెళ్ళడానికి ఉన్నది అదొక్క దారే"

"దానికి పాఠశాలకు ఏమిటండి సంబంధం?" అగ్గిమీద గుగ్గిలం అవుతూ అన్నాడు ఓబి.

"నాకు అంతగా తెలియదు సార్ ! అయితే గతంలో ఓ సారి ఆ దారిని మూయడానికి ప్రయత్నించినప్పుడు గ్రామస్థులు పెద్ద సంఖ్యలో వచ్చి పెద్దగొడవ చేయడం మాత్రం నాకు బాగా గుర్తుంది" అని ఆ ఉపాధ్యాయుడు అన్నాడు.

"అదంతా పాత కథ. అయితే ఇక ముందు ఆ దారిని ఎవరూ ఉపయోగించటానికి అనుమతి ఇవ్వం. వచ్చే వారం పాఠశాల తనిఖీకి కార్యక్రమం ఉమది. ప్రభుత్వ విద్యాశాఖాధికారి వచ్చినప్పుడు ఇది చూస్తే ఏమనుకుంటారో మీరే చెప్పండి? ఇదిలాగే వొదిలేస్తే ఈ పల్లెటూరి జనం తరగతి గదుల్లో దేవతా విగ్రహాలు పెట్టి పూజలు చేయడం మొదలుపెట్టోచ్చు. లేదా ఒక గదిని శవసంస్కారానికి ఉపయోగించినా ఆశ్చర్యం లేదు" అని కోపంతోనూ, అసహనంతోనూ ఓబి లేచి అక్కడ్నుంచి వెళ్ళిపోయాడు.

మరుసటి రోజు ఈ కాలిదారి స్కూలు కాంపౌండ్ లోపలికి ప్రవేశించే స్థలానికి, మళ్ళీ బయటికి వెళ్ళే స్థలానికి మధ్య గ్రామస్థులు ఏర్పరుచుకున్న మార్గాలను లావాటి గుంజలు పాతి తంతితో బిగించి ఓబి సమాధానపు నిట్టూర్పు విడిచాడు.

ఇదంతా జరిగి మూడు రోజులు గడిచిన తర్వాత ఒక ముసలివాడు హెడ్‌మాస్టర్ ఓబిని కలవడానికి వచ్చాడు. అలా వచ్చిన ముసలివాడు అనియ(భూదేవి, ధర్మ దేవత, హుతాత్ముల చలనవలనాలను నియంత్రించే శక్తి) దేవత పూజారి. కొంచెం వెన్ను వొంగిన ముసలివాడు. చేతిలో ఊతకర్ర. ఎవరితోనైనా మాట్లాడుతున్నప్పుడు, ప్రత్యేకించి వాదనకు పూనుకున్నప్పుడు, తన వాదనలో కొత్త పాయింటు వచ్చినప్పుడల్లా దాన్ని ఒత్తి చెప్పే వాడిలా ఆ కర్రను మళ్ళీ మళ్ళీ నేలకు తాకిస్తున్నాడు. ఔపచారికంగా ఒకటి రెండు మాటలు మాట్లాడాక ఆ ముసలివాడు నేరుగా విషయంలోకి వచ్చాడు.

"ఎంతో కాలం నుంచి ఉన్న మా కాలిదారిని మూసివేశారనే సంగతి విన్నాను..." అని ముసలివాడు ప్రారంభించాడు.

"అవును, మా స్కూలు కాంపౌండ్‌ను ఊరి జనమంతా హైవేలా చేసుకోడానికి

వీలుపడదు” అన్నాడు ఓబి కరాకండితంగా.

ముసలివాడు మెల్లిగా తన చేతిలోని కర్రను కిందికి దించుతూ, “చూడు నాయనా, ఈ దారి నీవు పుట్టడానికన్నా ముందే, అంతెందుకు మీతండ్రి, తాతలు పుట్టడానికన్నా ముందే ఇక్కడుంది. ఈ పల్లెకారుల జీవితంతో ఒక విధంగా ఇది ముడిపడివుంది. ఇది కేవలం మట్టిదారి కాదు. దీనికి వారికి ఒక అవినాభావ సంబంధం ఉవాళ్ళు అదే గాఢంగా నమ్మారు. చనిపోయిన మా బంధువులు, మా పెద్దలంతా ఈ దారినే సాగి శ్మాశాన భూమిని చేరుతారు. అదే విధంగా స్వర్గలోకంలో ఉన్న మా పూర్వికులు మమ్మల్ని కలవటానికి ఇదే దారిలోనే వస్తారు. అంతే కాదు, అంతకంటే ముఖ్యమైనది ఏమిటంటే పుట్టబోయే పిల్లలు తల్లి గర్భంలోకి రావడమూ కూడా ఇదే దారిలోనే. తెలుసుకో ...”

పుజారి మాటలు ఓబికి నవ్వొచ్చింది. చివరికి అన్నాడు, “ఇలాంటి మూఢ నమ్మకాలన్నింటిని సమూలంగా పెకలించివేయడమే మా లక్ష్యం. అయినా చనిపోయిన వారికి ఎన్నడూ 'దారి' అవసరమే ఉండదు. అవునా? మీ నమ్మకకాలు, ఆలోచనలు భ్రమతో కూడుకున్నాయి. అంతే. ఇలాంటి పనికిమాలిన, భ్రమాపూరితమైన ఆలోచనలు విని మా పిల్లలు నవ్వేయాలి. అలా చేయడాన్ని నేర్పించడమేమా ఉద్దేశ్యం, కర్తవ్యం”

ముసలివాడు నోరు తెరిచాడు., “మీరు చెప్పింది నిజమై ఉండొచ్చు. అయితే మేము మాత్రం మా పెద్దలదారినే వెళతాం. మా పూర్వికుల నమ్మకాలను , ఆచారాలను నమ్మటం అనుసరించటమే మాకు తెఉసు. అనవసరమైన మాటలు వద్దు. ఇప్పుడు మూసివేసిన దారినే మళ్ళీ తెరిపిస్తే చాలు. మాకు మీకు గొడవలు ఉండవు. నేను గట్టిగా ఎప్పుడూ చెప్పేదేమిటంటే ...గిజిగాడు కూర్చోనీ, రాబందు కూర్చోనీ ...”అంటూ పూజారి లేచి నుంచున్నాడు.

ఇంత చెప్పి వెళ్లడానికి లేచిన ముసివాడితో హెడ్‌మాస్టర్ అన్నాడు, “ఏమీ అనుకోకండి, సుందర పూలబాలలున్న మా ఈ పాఠశాల ఆవరణ గుండా అందరికీ బహిరరంగా మార్గంగా మార్చడం మా నియమాలకు విరుద్ధమైంది. మా కాంపౌండ్‌ను పక్కనే మీరు ఇంకొకదారి చేసుకోవడం మంచిది. మీకు సహాయం కావాల్సివస్తే మా పిల్లలను పంపిస్తాను. చనిపోయిన మీ పెద్దలు ఒకింత దారి చుట్టి వచ్చినా ఏమీ కాదని నా అభిప్రాయం”

ఇది జరిగిన రెండు రోజుల తర్వాత ఆ గ్రామంలోని ఇద్దరు చిన్న వయసు బాలింతలు ఉన్నట్టుండి చనిపోయారు. గ్రామస్థులు ఈ విషయమై జ్యోతిష్కుణ్ణి విచారించారు. అందుకు సమాధానంగా ఆ జ్యోతిష్కుడు, “చావకేమి? మన పూర్వికులు అవమానింపబడ్డారు. వారు కోపగించుకున్నారు. 'హుతాత్ముల దారిని' కంచె వేసి మూసినందుకుగాను మరణించిన పెద్దల ఆత్మలు అవమానించబడ్డాయని, అందువల్లనే

గ్రామంలో ఇలాంటి అనర్థాలు జరిగాయనీ, ఆ ఆత్మల్ని శాంతింపజేయడానికి ఖరీదైన బలులను సమర్పించాలని" సూచించాడు.

మరుసటి రోజు ఉదయం ఓబి ఎప్పటిలా ఉత్సాహంగా లేచాడు. తన కలల పంట అయిన పాఠశాల ఉద్యానవనాన్ని చూడటం అతని ఇష్టమైన దినచర్య. అయితే కంట పడిన దృశ్యం అతడ్ని దిగ్భ్రాంతికి గురిచేసింది. మూఢనమ్మకాలకు, కట్టుబాట్లకు వ్యతిరేకంగా ప్రగతిపర చింతనలకు సంకేతంగా నిలిచిన కంచె, కంచె లోపలి ఉద్యానవనం అంతా ధ్వంసం అయింది. ఎన్నాళ్ళగానో తను పడిన శ్రమంతా మట్టిపాలవడం చూసి ఓబి ఖిన్నుడయ్యాడు. కేవలం కాలిదారికి అడ్డంగా ఉన్న కంచె మాత్రమే కాదు, పాఠశాల చుట్టూ ఎంతో ఆసక్తిగా పెంచిన అందమైన పూల మొక్కలను, చెట్లను నరికివేశారు. అన్నీ నేలకొరిగాయి. చింపిన పూలరేకులు, ఆకులు నేలంతా పరుచుకుని ఉన్నాయి. పాఠశాల కట్టడంలోని ఓ భాగం కిందికి ఒరిగిపడివుంది.

ఆ రోజు మధ్యాహ్నం పాఠశాల తనిఖీకి వచ్చిన శ్వేతవర్ణపు పాఠశాల ఇన్స్‌పెక్టర్ పాఠశాల పర్యవేక్షణకు వచ్చాడు. జరిగిందంతా చూశాడు. అడిగాడు. ఒక రిపోర్ట్ రాసి వెళ్ళాడు. ఆ రిపోర్ట్‌లో గంభీరమైన ఆరోపణ చోటు చేసుకుంది. పాఠశాల ఆవరణ యొక్క దుస్థితి గురించి, కొత్త హెడ్‌మాస్టర్ దారి తప్పిన ఉత్సాహపు ఫలంగా ఆ గ్రామ ప్రజలకు, పాఠశాలకు మధ్య పుట్టిన తీవ్రమైన పోట్లాట గురించి ఆయన రిపోర్ట్ రాశారు.

నిజానికి మూఢనమ్మకానికి వ్యతిరేకంగా నడిచిన సంఘర్షణలో వైజ్ఞానిక, వాస్తవిక ప్రగతిశీల విచారాలు ఓడిపోయాయా?

*****

(విపుల, మాసపత్రిక)

ఫ్రెంచ్ కథ : చార్లెస్ బాద్‌లేర్

పాశం

మనిషికీ మనిషికీ మధ్య లేదా మనుషులకూ వస్తువులకూ మధ్య సంబంధాలు ఎన్ని విధాలుగా ఉంటాయో అన్ని రకాల భ్రాంతులు కూడా ఉంటాయి' అని ఓ సారి నా మిత్రుడన్నాడు.

ఓ భ్రాంతి మాయమైనపుడు, అంటే ఓ మనిషి లేదా ఓ వస్తువు స్వరూపం మన మానసిక ప్రపంచం బయట వాస్తవంలో ఎలా ఉంటుందో, అదే విధంగా మన దృష్టికి గోచరించినపుడు మనకు విచిత్రమైన అనుభవం కలుగుతుంది. మనసులోని భ్రాంతి కరిగిపోయినందుకు అటు విషాదమూ, వాస్తవాంశపు నవీన జ్ఞానం వల్ల ఇటు సంతోషమూ కలుగుతుంది.

ఉదాహరణకు ఏ మనిషి మోసపోని అత్యంత సామాన్యమైన విషయం ఒకటుంది.

అది తల్లి ప్రేమ !

మాతృప్రేమ లేని తల్లిని ఊహించటం ఉష్ణరహితమైన అగ్నిని కల్పించుకోవటమంత కష్టమైంది. అందువ్ల తన బిడ్డకు సంబంధించినంత వరకు ఓ తల్లి మాటలకు, చేతలకు మాతృప్రేమే కారణమని భావించటం సహజమే కదా !

అయినా ఇది కూడా ఓ భ్రమగా మిగిలిపోయే అవకాశమూ ఉంది. అత్యంత సహజమైన ఇలాంటి భ్రమవల్ల నేనొకసారి ఎంతగా ఆందోళనపడ్డానో తెలియజేస్తాను.

నేనొక చిత్రకారుణ్ణి కావటం మూలాన వీధిలో వెళ్ళేటప్పుడు తారసపడే వ్యక్తుల ముఖాలను వారి కళ్ళు, ముక్కు, పెదవులు, వారి ఇతర అవయవాలూ జాగ్రత్తగా పరిశీలిస్తూ ఉండేవాడిని. ఇలాంటి పరిశీలనవల్ల మావంటి చిత్రకారులకు ఎంత సంతోషం లభిస్తుందో ఇతరుల కంటే మాకు జీవితం ఎంత అర్థవంతంగా కనిపిస్తుందో ఎలా వర్ణించను?

నేను ఉంటున్న ఆ ఊరికి ఓ మూలన అనేక కట్టడాల మధ్యలో పచ్చటి మైదానం ఉంది. అక్కడ ఆడుకునే ఎందరో పిల్లల మధ్య ఓ పిల్లవాడు ఎంతో ఉత్సాహంగా కనిపించేవాడు. వాడి ముఖంలో తుంటరితనం సదా తొంగి చూసేది. వాడు తన ఉత్సాహంతోనూ, కొంటెతనంతోనూ నన్ను బాగా ఆకర్షించాడనే చెప్పాలి. వాడి ముఖంలోని అల్లరిభావాన్ని చూసి నాకెంతో ఆనందం కలిగేది. ఆ పిల్లవాడు చాలాసార్లు నా బొమ్మలకు 'మోడల్'గా కూర్చునేవాడు. నేను వాడిని రకరకాల వేషాల్లో ఊహించుకుని చిత్రాలు

గీస్తూ ఉండేవాడిని. ఓసారి ఓ జిప్సీగా, ఓసారి దేవదూతగా, మరోసారి పౌరాణిక కథల్లో కనిపించే ఇష్టదేవతామూర్తిగా, ఇంకొకసారి ముళ్ళకిరీటం ధరింపచేసి శిలువ వేసిన ఏసుక్రీస్తూగా, దివిటీ పట్టుకున్న 'ఇరాస్' ప్రేమదేవతగా, ఏక్‌తార వాయిస్తున్న ఓ భిక్షగాడిలా ఇలా అనేక రూపాలలో ఆ పిల్లవాడి చిత్రాలు చిత్రించాను.

ఆ పిల్లవాడి బాల్యచేష్టల్ని చూసి నాకెంత సంతోషం కలిగిందంటే వాడి తల్లితండ్రుల్ని కలుసుకుని మీ అబ్బాయిని నేనే పెంచుకుంటాను. వాడిని నాకు ఇవ్వండి అనడిగాను. వాడి బాధ్యత నేనే చూసుకుంటానని తిండి, బట్టా అంతా ఇచ్చి పైగా కొంత డబ్బు కూడా ఇస్తానని చెప్పాను. నా కుంచెలు కడగటం, చిన్నచిన్న పనులు చేయటం తప్పించి కష్టమైన పనులు వాడి చేత చేయించనని మాట ఇచ్చాను.

ఆ పిల్లవాడి ముఖాన్ని శుభ్రంగా కడిగాక వాడు మరింత అందంగా కనిపించాడు. తన పూరిగుడిసెలో మురికి మనుషుల మధ్యన జీవితం గడిపిన వాడికి నా 'స్టూడియో'కు వచ్చాక స్వర్గానికి వచ్చినట్టు అనిపించింది. అయినా ఆ పిల్లవాడు అప్పుడప్పుడు విచారంగా కూర్చోవటంచూసి నాకు ఆశ్చర్యంవేసేది. అంతేకాకుండా వాడికి తీపి పదార్థాలంటే ఎంతో ఇష్టమని వాటిని వాడు దొంగిలించి తింటున్నాడని నాకు తొందర్లోనే తెలిసొచ్చింది. ఈ విషయంలో వాడ్ని నేను హెచ్చరించినా ఓరోజు వాడు మళ్ళీ అదే దొంగతనం చేశాడు. నేను వాడిని కోప్పడుతూ వాళ్ళింటికి పంపేస్తానని బెదిరించాను. అటుతరువాత ఏదో పనిమీద నేను బయటికి వెళ్లాల్సివచ్చింది. ఆ పనిపూర్తి చేసుకురావటానికి ఎక్కువ సమయం పట్టటంతో నేను తిరిగిరావటంలో చాలా ఆలస్యమైంది.

నేను తిరిగొచ్చి ఇంట్లోకి ప్రవేశిస్తుండగా, ఆశ్వర్యరకరమైన విషయం నాకోసం ఎదురు చూస్తోంది. నా కంటపడిన దృశ్యం ఏమిటంటే నా తుంటరి చిన్నారి మిత్రుడు నా దుస్తుల బీరువా మేకుకు వేలాడుతున్నాడు. వాడి కాళ్ళు నేలకు తాకుతున్నట్లున్నాయి. వాడు తన్నేసిన కుర్చీ దగ్గర్లోనే పడివుంది. తల భుజం మీద వాలివుంది. ముఖం ఉబ్బివుండటమే కాకుండా కళ్ళు బయటికి పొడుచుకొచ్చి భయంకరంగా చూస్తున్నట్టు కనిపించాయి. భిత్తరపోయాను. ఆ కళ్ళు చూసి వాడింకా బతికి ఉన్నాడేమోనన్న భ్రాంతి నాకు కలిగింది. కానీ ప్రాణం పోయి చాలా సేపయిందని గ్రహించడానికి ఎంతసేపు పట్టలేదు. దుఃఖం ఆగలేదు. గుండె బరువెక్కింది. ఇంటికి పంపేస్తానని సరదాగా అన్నందుకే వాడింత పని చేశాడా? ఆ చిన్న గుండెలో ఎంత ధైర్యం? కొండంత సాహసం? ఒక్కసారి ఒళ్ళు జలదరించింది.

వాడి శరీరాన్ని కిందకు దించటం అంత సులభమైన విషయంగా కనిపించలేదు. శరీరం బిగుసుపోవటం వల్ల ఒక్కసారిగా దాన్ని నేలకు దించటానికి నాకు చేతకాలేదు. ఓ చేత్తో వాడి శరీరాన్ని పట్టుకుని, మరో చేత్తో మెడకు బిగుసుకున్న తాడును కత్తిరించటం

అనివార్యమైంది. ఇదంతా చేసినా పని పూర్తయిందనుకోటానికి వీల్లేదు. ఉరి వేసుకోవటానికి ఆ అల్లరి వెధవ అతి సన్నని దారాన్ని ఉపయోగించటం వల్ల అది ఉబ్బిపోయిన వాడి మెడలో కూరుకుపోయింది. దాన్ని ఆ గొంతులోంచి వేరు చేయడానికి అత్యంత సూక్ష్మమైన కత్తెరను ఉపయోగించాల్సి వచ్చింది.

అసలు వాడలా మేకుకు వేలాడుతున్న దృశ్యాన్ని చూసిన వెంటనే నేను సహాయం కోసం కేకలు పెట్టానని చెప్పటం మరిచిపోయాను. అయినా నా ఇరుగుపొరుగు వారెవరూ సహాయానికి రాలేదు. ఎందుకంటే ఉరి వేసుకున్న సంఘటనల్లోకి తలదూర్చకుండా ఉండాలనుకోవడం నాగరిక మానవుడు ఏర్పరుచుకున్న నియమాల్లో ఒకటి ! అలా ఎందుకన్నది నాకు తెలియకపోయినా నా ఇరుగుపొరుగువారు మాత్రం ఆ నియమాన్ని నిష్ఠగా పాటిస్తున్నవారై ఉండాలి.

ఆ తర్వాత డాక్టర్‌గారొచ్చి ఆ పిల్లవాడు మరణించి చాలా సేపే అయివుంటుందని తెలియజేశాడు. వాడిని ఖననం చేయటానికి ముందు వాడి వొంటి మీది దుస్తుల్ని తీయాల్సి వచ్చింది. అయితే శరీరం ఎంతగా బిగదీసుకుపోయివుందంటే వాడి శరీరాన్ని కానీ, కాళ్ళు చేతుల్ని కానీ వొంచి దుస్తుల్ని సులభంగా తీయడానికి సాధ్యం కాలేదు. చివరికి దుస్తుల్ని కత్తిరించి తీసేయాల్సి వచ్చింది.

నేను ఈ విషయాన్ని మామూలుగానే పోలీస్ అధికారికి తెలియపర్చాను. అతడు నా వేపు అనుమానంగా చూస్తూ– "ఇందులో ఏదో తిరకాసున్నట్టుంది" అన్నాడు.

అపరాధికానీ, నిరపరాధికానీ ప్రజల్ని భయపెట్టడం వారి సహజ గుణం కదా !

నేను మరో ముఖ్యమైన పని చేయాల్సి ఉండింది. ఆ పిల్లవాడి తల్లితండ్రులకు జరిగిన విషయం తెలియపర్చడం. అయితే ఎందుకోగానీ, నా కాళ్ళు ముందుకు కదలనే లేదు. చివరికి ధైర్యం తెచ్చుకుని వాళ్ళింటికి వెళ్ళాను. నేను చెప్పిన విషయాన్ని విని వాడి తల్లి దుఃఖించకపోవటం చూసి నాకు ఆశ్చర్యం వేసింది. ఆమె కళ్ళల్లో ఒక్క కన్నీటి చుక్క కనిపించలేదు. 'దుఃఖాలన్నింటిలోకి మౌనదుఃఖం అతి భయంకరమైంది' అనే మాట నేను చాలాసార్లు విన్నాను. బహుశా ఈ తల్లి దుఃఖం కూడా అదే తరహాదేమో అని భావించాను. విషయం విన్న వెంటనే ఆ పిల్లవాడి తండ్రి–

"వాడు ఏదో ఒక రోజు ఇలాగే చస్తాడని అనుకున్నాను" అని సగం పశువులా సగం కలకంటున్నవాడిలా అన్నాడు.

పిల్లవాడి దేహాన్ని నా మంచం మీద పడుకోబెట్టటం జరిగింది. ఓ స్త్రీ సహాయంతో నేను మరణ విధులన్నీ చేస్తుండగా ఆ పిల్లవాడి తల్లి 'స్టూడియో'లోకి వచ్చింది. ఆమె తన కుమారుడి శవాన్ని చివరిసారిగా చూడాలంది. ఆమె పిల్లవాడి శవాన్ని చూడటానికి ఒప్పుకున్నాను. తన కొడుకు ఏ స్థలంలో ఉరి వేసుకున్నాడో చూపించవలసిందని మరీ

మరీ ప్రార్థించింది.

"వొద్దమ్మా ! ఆ స్థలాన్ని చూస్తే మీకు మరింత దుఃఖం కలుగుతుంది" అన్నాను.

అలా అంటున్నప్పుడు నాకు తెలియకుండానే జుగుప్సతోను, కోపంతోను, నా దృష్టి ఆ బీరువా వేపు మరలింది. బీరువాకు బిగించిన మేకు, దానికి వేలాడుతున్న తాడు ముక్క ఇంకా అలాగే ఉన్నాయి. జరిగిన సంఘటనకు సంకేతంగా నిలిచిన ఆ వస్తువులను తీసేద్దామని నేను కదలబోతుండగా ఆ పిల్లవాడి తల్లి నా చేతులు పట్టుకుని వొణుకుతున్న కంఠంతో, "దయచేసి వాటిని పారేయకండి. వాటిని నాకు ఇవ్వండి. దయచేసి నా కోరిక మన్నించి ఆ వస్తువుల్ని నాకివ్వండి" అంది.

ఆమె దుఃఖం తారాస్థాయిని అందుకోవటంతో తన కుమారుడి చావుకు కారణభూతమైన ఈ వస్తువులపై ఆమెకు ఓ విధమైన భయంకర 'ఇష్టం' కలిగివుండొచ్చని, వాడి జ్ఞాపకార్థం వాటిని దాచుకోవాలని ఆమె ఆశిస్తుండొచ్చని నేను భావించాను.

ఆమె మేకునూ, తాడునూ తీసుకుని వెళ్ళిపోయింది. శవసంస్కారలన్నీ ముగిశాయి.

అటు తరువాత నేను మునుపటికన్నా ఎక్కువగా శ్రమిస్తూ సంపాదించసాగాను.

పెద్ద పెద్ద కళ్ళతో తీక్షణంగా చూసే ఆ పసిశవపు ఆకృతిని నా మనోఫలకం నుంచి తుడిచెయ్యడానికి ప్రయత్నించసాగాను.

అయినా ఆ ఆకృతి నన్ను వెంటాడుతూనే ఉండేది.

దాంతోపాటు వారి మరణానికి ఏ మాత్రం చలించని, కంటి వెంట ఒక్క కన్నీటి చుక్కయినా రాల్చని వాడి తల్లితండ్రులు కళ్ళముందు కదిలేవారు. అన్నింటి కంటే ఆశ్చర్యం ! పదినెలలు మోసి, కనిపించిన తల్లి అంత నిర్లిప్తంగా ఎలా ఉండగలిగిందన్నదే నాకర్థం కాని విషయం !

ఇలాంటి ఊహల్లో ఉండగానే ఓ నాడు హఠాత్తుగా నా భావాలు వీడిపోయిన భావన కలిగింది. ఔను నిజం. కటిక పేదరికంలో కడుపుకింత కూడు పెట్టలేని స్థితిలో కన్నకొడుకు మరణం వాళ్ళకి పెద్ద రిలీఫ్ ! అందుకే వాడింక తిరిగిరాడు అన్న నిశ్చింత కోసం, నిర్ధారణ కోసం రోజు చూసుకుందుకే ఆ తల్లి ఆ మేకు, తాడూ తీసుకెళ్లింది... మాతృ ప్రేమని ఇంకో కోణం నుంచి చూడాల్సిన స్థితి నాకు కలిగినందుకు నా మనసు ఎంతో ఆందోళన చెందింది. నిజమా ! ఇలాంటి తల్లులుంటారా? ఇది నా భ్రమా? వాస్తవాంశపు నవ్వజ్ఞానమా? ఏదని చెప్పను !

*****

(విపుల, మాసపత్రిక)

ఆంగ్ల కథ : సాకి

ఓ గొప్ప ఏడ్పు కథ

ఇరవైయవ శతాబ్దపు రెండవ దశాబ్దంలో ఇంగ్లాండును ప్లేగు మహమ్మారి నేల కరిపించిన తరువాత ఇంగ్లాండు సింహాసనాన్ని కోపిష్టి హర్మన్ అధిరోహించాడు. అతడికి జ్ఞాని అని మారు పేరూ ఉండేది. మరణాంతకమైన జబ్బు రాజకుటుంబంలోని మొత్తం నాలుగు తరాలవారినీ తుడిచిపెట్టేసింది. స్యాక్సే డ్రాశెన్ స్టీన్ కుటుంబానికి చెందిన పదునాలుగవ తల అయిన హర్మన్ ఉత్తరాధికారుల జాబితాలో ముప్ఫయవవాడు.

ఒక రోజు ఉన్నట్టుండి సముద్రానికి ఇటువైపు మరియు అటువైపు వ్యాపించిన బ్రిటిష్ సామ్రాజ్యానికి అధిపతి అయ్యాడు. అతను రాజకీయాలలో సంభవించే అనుకోని సంఘటనలలో ఒకడయ్యాడు. అంతే కాకుండా సంభవించేటప్పుడు పూర్ణావతారంతో సంభవించాడు. అనేక విషయాలలో అతడు ఓ ప్రముఖ సింహాసనంపై కూర్చున్న ప్రగతిశీల చక్రవర్తి అయ్యాడు. ప్రజలు తాము ఎక్కడ ఉన్నారో గ్రహించేలోగానే వారు మరెక్కడో ఉండేవారు. అతడి మంత్రులు వంశపారంపర్యంగా ప్రగతిశీలురైనా కూడా అతని శాసనాల సూచన వేగానికి సమానంగా అడుగులు వేయటంలో విఫలమయ్యేవాళ్లు.

“అసలు విషయమేమిటంటే ప్రస్తుతం మనకు ఇబ్బంది కలుగుతున్నది ఈ మహిళలు కోరుకునే ఓటు హక్కు ఉద్యమం వల్లనే. వాళ్ళు దేశంలో మనం ఎక్కడ సభలు ఏర్పాటు చేసినా అక్కడ ప్రత్యక్షమై తమకు ఓటు హక్కు కావాలని నినాదాలు చేస్తూ మన సభలను సాగనివ్వటం లేదు. ఆటంకాలు కలిగిస్తున్నారు. డౌనింగ్ స్ట్రీట్‌ను మిక్‌నివ్ ఆట మైదానంలా మార్చేశారు” అని ప్రధాన మంత్రి ఫిర్యాదు చేశాడు.

“వారిని నియంత్రించాల్సిందే. లేకపోతే మనం చాలా ఇబ్బందుల్లో పడతాం” అన్నాడు రాజు హర్మన్.

“నిజమే నియంత్రించాల్సిందే. అయితే ఎలా ప్రభు?”

“నేనొక ప్రణాళికను తయారు చేసి ఇస్తాను” అంటూ హర్మన్ టైప్‌రైటర్ ముందు కూర్చున్నాడు. ఒక్క క్షణం ఆలోచించి–

“రాబోయే ఎన్నికలన్నింటిలో మహిళలు ఓటు హక్కు వినియోగించాలి అనే బిల్లును జాగ్రత్తగా చేయాలి. సూటిగా చెప్పాలంటే అలాంటి బిల్లు చేయటం అవసరం. చేయక తప్పదు. ఇక పురుషులు ఓటర్లు ఎప్పటిలాగే వారి ఇచ్ఛానుసారం ఓటు హక్కును

వినియోగించుకోవచ్చు. అది వారి ఇష్టానికే వొదిలేయటం జరిగింది. అయితే 21 నుంచి 70 ఏళ్ళ వరకు ఉన్న మహిళలందరూ ఎన్నికల్లో తప్పకుండా పాల్గొనాలి. తప్పకుండా తమ ఓటుహక్కు వినియోగించాల్సి ఉంటుంది. పార్లమెంటు, శాసనసభ, జిల్లా పరిషత్, తాలూకా పంచాయితీ, మండల ఎన్నికలు, మునిసిపాలిటీలు, సోసైటీలు, ఎన్.డి.ఎం.సి, పాఠశాల ఇన్‌స్పెక్టర్లు, వస్తు సంగ్రహాలయ డైరెక్టర్లు, కళాశాల ఉపాధ్యాయులు, చర్చీ పర్యవేక్షకులు–ఇలా అన్ని పదవులకు మరియు గ్రామాల్లోని అన్ని కార్య నిర్వాహకుల పదవులకు కూడా ఎన్నికలు ఉంటాయి. ఇంకా ఇలాంటి అనేక పదవులను నాకు గుర్తుకు వచ్చినప్పుడల్లా జాబితాలో చేర్చుతూ ఉంటాను. ఈ పదవులన్నీ ఎన్నికల ద్వారానే భర్తీ చేయడం జరుగుతుంది. ఈ ఎన్నికలు జరుగుతున్న నియోజక వర్గాల్లో, పంచాయితీల్లో, మండలాల్లో, మునిసిపాలిటీ పరిధుల్లో ఉన్న మహిళలు తమ ఓటు హక్కును తప్పకుండా వినియోగించాలి. అలా చేయకపోతే వారికి 10 పౌండ్ల జరిమానా విధించడం జరుగుతుంది. మెడికల్ సర్టిఫికెట్ ఇవ్వకుండా గైరుహాజరైతే దానికి క్షమాపణ ఉండదు. కేవలం జరిమానా విధించడం జరుగుతుంది. ఈ బిల్లును మీరు ఉభయ సభల్లో పాస్ చేయించుకుని, రేపు కాకుండా మరునాడు నా సంతకం కోసం నా దగ్గరికి తీసుకుని రండి" అన్నాడు హర్మన్.

మొదటి నుంచీ తప్పనిసరిగా మహిళ ఓటు హక్కు బిల్లు , ఓటు హక్కు కోసం గొంతులు చింపుకుంటున్న సమూహాల్లోనూ ఈ కొత్త బిల్లు ఎలాంటి ఉత్సాహాన్ని కలిగించలేదు. దేశంలోని బహుపాలు మహిళలకు ఈ ఓటు హక్కు ఉద్యమం పట్ల ఆసక్తి లేదు. అంతే కాకూండా ఒక విధమైన వ్యతిరేకత ఉండేది. ఓటు హక్కు కావాలని తీవ్రంగా వాదించే మహిళలూ కూడా ఓటును మడిచి పెట్టెలో వేయడంలో తమకు ఆకర్షణీయంగా కనిపిస్తున్నదేమిటా అని ఆలోచించసాగారు. గ్రామాల్లో ఈ కొత్త బిల్లును కార్యా చరణలోకి తీసుకు రావటం ఇబ్బందికరంగా మారింది. పట్టణాల్లో అయితే అది గాలి పిశాచిలా వ్యాపించింది. ఎన్నికలకు మొదలు చివర లేకుండాపోయింది. రోజువారీ కూలీనాలీ చేసుకుని బ్రతికేవారు వారు తమ పనులు వొదులుకుని ఓటు వేయడానికి పరుగెత్తాల్సి వచ్చింది. తాము ఎవరికి ఓటు వేస్తున్నారో వారి పేర్లను కూడా ఆ స్త్రీలు మొదట్లో అడిగేవారు కాదు. వారికి ఆనందం కలిగే పేరు ముందు ముద్ర వేసి వచ్చేవాళ్ళు. ఉద్యోగస్థులైన ఆడవాళ్ళు తమ పనులకు వెళ్లటానికి మునుపే ఓటును వినియోగించుకుని వెళ్ళవలసి రావటం వల్ల చాలా తొందరగా లేవసాగారు. కులీన వర్గపు స్త్రీలు, ఉన్నత వర్గాలకు చెందిన మహిళలు ఓటు కోసం పోలింగ్ బూతులకు వెళ్ళాల్సి రావటం వల్ల వారి వ్యవస్థలన్నీ క్రమం తప్పాయి. వారాంతపు పార్టీలు మరియు వేసవి సెలవులు కేవలం పురుషులకు లాభించే విలాసాలయ్యాయి. విదేశీ యాత్రలు కేవలం శాశ్వతమైన వికలాంగులకు లేదా ఆగర్భ శ్రీమంతులకు మాత్రం సాధ్యమయ్యే విషయంగా మారింది.

ఎందుకంటే దీర్ఘ కాలం ఊరొదిలి వెళితే 10 పౌండ్ల జరిమానా సొమ్మును చెల్లించాలి. ఈ జరిమానాలను సామాన్యులు చెల్లించే పరిస్థితిలో లేరు.

కొద్ది రోజుల్లోనే 'మహిళల ఓటుహక్కు రద్దు కావాలని' కోరుకునే ఉద్యమం అగ్గిలా రాజుకుంది.

రాను రాను అది తీవ్ర రూపాన్ని సంతరించుకోవటంలో ఆశ్చర్యం ఏమీ లేదు.

ఆ కారణంగా 'మహిళలకు ఓటు హక్కు వద్దు'-అనే ప్రతిఘటించే సభలకు, ఊరేగింపుకు, సమావేశాలకు, సభలకు లక్షలాది స్త్రీలు చేరారు. ఆ సమయంలో వారు పిడికిలి బిగించి పట్టుకున్న నిమ్మపండు లేత పసుపు రంగు జెండాలు అన్ని చోట్లా రెపరెపలాడసాగాయి. "మాకు ఓటు వద్దు" అనే వారి యుద్ధ మంత్రం జనప్రియమైన భజనగా మారింది.

రాను రాను ఈ ఉద్యమపు శాంతియుత ప్రతిఘటనలకు ప్రభుత్వం లొంగే లక్షణాలు కనిపించకపోవటంతో, హింసాత్మకమైన తిరుగుబాట్లు చోటుచేసుకున్నాయి. సభలకు ఆటంకాలు ఏర్పరచడం, మంత్రులను ఘేరావ్ చేయడం, పోలీసులను గట్టిగా కరవడం మొదలైనవి జరిపినా ప్రభుత్వం మహిళలు ఓటు హక్కును వినియోగించాల్సిందేననే తన అభిప్రాయానికి కట్టుబడి ఉంది.

అప్పుడు చివరి ప్రయత్నంగా మహిళా సంఘాలు ఎవరికీ స్ఫురించని ఒక ఉపాయాన్ని కనుక్కున్నాయి. దాని ప్రకారం గొప్ప సామూహిక రోదనా కార్యక్రమాలను చేబట్టాయి.

ఆ మహానగరానికి చెందిన బహిరంగ ప్రదేశాలలో పదివేల మంది ఆడవాళ్లు ఒక్కలా బోరుమంటూ ఏడ్వసాగారు. ఈ కార్యక్రమాన్ని వారు రైల్వేస్టేషన్లలో, రైల్లో, బస్సుల్లో, నేషనల్ గ్యాలరీలలో, ఆర్మీ అండ్ నేవీ స్టోర్సలలో, సేంట్ జేమ్స్ పార్క్‌లో, సంగీత కచేరీలలో, బర్లింగ్‌టన్ ఆర్కేడ్ మొదలైన నగరంలోని ప్రముఖ ప్రదేశాలలో గుమికూడి నిరంతరంగా ఏడ్వసాగారు.

అప్పటిదాకా నాటకశాలలో నిరంతరాయంగా విజయవంతంగా నడుస్తున్న హాస్య, వ్యంగ్య నాటకం"హెన్రీస్ రాబిట్" నాటకపు కీర్తి రంగస్థలంలోని నేల, బెంచీ, సోఫా, గ్యాలరీలలో విషణ్ణ వదనాలతో రోదిస్తున్న మహిళల వల్ల కాంతి హీనమయ్యింది. అనేక ఏళ్ళుగా అద్భుతంగా సాగుతున్న నాటకపు ఆకర్షణ ప్రేక్షక బృందపు ఒక వర్గపు అశ్రుతర్పణం వల్ల మసకబారింది.

"ఇప్పుడే చేద్దాం ప్రభు?" అని ప్రధాన మంత్రి అడిగాడు.

ఆ రోజు అతడి ఇంటి పనిమనిషి భోజనంచేస్తున్న ప్లేటులో కన్నీళ్ళు కారుస్తూ హృదయవిదారకంగా ఏడుస్తూ పిల్లల్ని పార్కుకు తీసుకెళ్ళింది.

"ప్రతీ దానికి ఒక సమయం ఉంటుంది" అని రాజు చిరునవ్వు నవ్వుతూ అన్నాడు.

"లొంగటానికి ఒక సమయం ఉంది. మహిళలను ఓటు హక్కు నుంచి వంచితులు చేసే బిల్లును ఉభయ సభల్లో ప్రతిపాదించి, పాస్ చేయించుకుని రేపు కాకుండా మరునాడు రాజముద్ర కోసం నా దగ్గరకు రండి" అన్నాడు రాజు.

మంత్రి వెళ్ళిపోయిన తరువాత కోపిష్టి హర్మన్, జ్ఞాని అనే మారు పేరు ఉన్నవాడు, నోరు తెరిచి పెద్దగా నవ్వాడు.

"ఓ పిల్లిని చంపటానికి దాన్ని వెన్నలో ముంచి, ఊపిరి కట్టించి, చంపటానికన్నా వేరే దారులు అనేకం ఉన్నాయి" అని తనకు తానే చెప్పుకుంటూ తరువాత దానికి ఇలా చేర్చాడు, "అయితే అదే అత్యుత్తమమైన దారికాదమోనన్నది నాకు స్పష్టంగా లేదు".

*****

(విపుల, మాసపత్రిక, మే 2013)

ఆంగ్ల కథ : ఓ హెన్రీ

అంతరం

గోడకు తగిలిమచిన తన పదునైన ఖడ్గాన్ని రెప్పవాల్చకుండా విషాదంగా ఆ కెప్టెన్ చూశాడు. ఎండకు, వానకు, గాలికి మాసిపోయి, రంగు వెలసిపోయిన ఓ చిరిగిన వస్త్రం దగ్గర్లో ఉన్న అలమారాకు వేలాడుతోంది. యుద్ధ ప్రమాదపు వెనుకటి రోజులు మరిచిపోయి చాలా కాలమైనదనిపించింది.

మనదేశానికి దాపురించిన ఆపత్కాలంలో వీరయోధుడిలా పోరాడిన ఆ వ్యక్తి ఆకర్షణీయమైన ఓ స్త్రీ కళ్ళకు, ఆమె పెదాలు చిందించే చిరునగవులకు దాసుడై శరణుకోరే స్థితికి వచ్చాడు.

సరిగ్గా అదే సమయంలో ఆమె నుంచి అతనికో ఉత్తరం వచ్చింది. అందులోని విషయం అతన్ని విషాదంలో ముంచింది. ఆఉత్తరాన్ని పట్టుకుని నిశ్శబ్దంలో రాజ్యమేలుతున్న తన గదిలో ఒంటరిగా కూర్చున్నాడతను. తన ఆశాగోపురాన్ని సమూలంగా కిందకు పడదోసిన ఉత్తరంలోని ఆ వాక్యాలను మరొకసారి చదివాడు.

"నా పట్ల ఎంతో గౌరవాన్ని ప్రదర్శిస్తూ నీ 'భార్య'గా మారటానికి అంగీకరించమని అడిగావు. అయితే నీ కోరికను నేను అంగీకరించలేను. ఇలా తిరస్కరిస్తున్నందుకు బాధపడకు. ఈ సందర్భంలో ఎలాంటి దాపరికాలు లేకుండా నీతో మాట్లాడాలనిపిస్తోంది. ఇలా నన్ను తిరస్కరించటానికి కారణం మన మధ్య అగాధంలా వున్న వయోభేదం అనే విషయం నీవు ఊహించగలవనే అనుకుంటాను. అయితే నిన్ను నేను చాలా ఇష్టపడుతున్నాను. నీవంటే నాకెంతో ఇష్టం ఉంది. చెప్పలేనంత ప్రేమ ఉంది. కాని మన వైవాహిక జీవితంలో సంతోషదాయకంగా ఉండదని నాకు తెలుసు. ఇలా చెప్పాల్సి వచ్చిందుకు చాలా బాధగా వుంది. కానీ ఉన్న విషయాన్ని తెలియజేస్తున్న నా 'నిజాయితీ'ని నీవు మెచ్చుకోగలవనే నమ్ముతున్నాను".

కెప్టెన్ భారంగా నిట్టూర్పు విడిచాడు. ఎదురుగా ఉన్న బల్లమీదమోచేతులాన్చిఅరచేతుల మధ్య తలదూర్చాడు. 'అవును ! తమిద్దరి వయస్సులో అనేక సంవత్సరాల అంతరం ఉంది. అయితే తను దృఢంగా ఉండి కంచులా గట్టిగా ఉన్నాడు. తనకు అంతస్థూ, ఐశ్వర్యమూ ఉన్నాయి. తాను ఆమెకు అందివ్వబోయే ప్రేమ, అనురాగం, అనుకూలత 'వయస్సు' అనే ప్రశ్నను ఆమెను మరిచిపోయేలా చేయలేవా?

అంతేకాకుండా ఆమెకు తన మీద ఇష్టంఉమదనే విషయంలో అనుమానం లేదు.

కెప్టెన్ కాలాన్ని వృధా చేసేవాడు కాదు. తన స్వనిర్ణాయక బుద్ధిబలానికీ, సామర్థా&ఎనికీ యుద్ధరంగంలో పేరు సంపాదించాడు. ఆమెను కలిసి మాట్లాడటమే శ్రేయస్కరం అనుకున్నాడు. ఆమెతో ఒక్కసారి మాట్లాడగలిగితే ఆమెను ఒప్పించటానికి ప్రయత్నించవచ్చనుకున్నాడు. ఈ 'వయసు' తనకూ, తను అమితంగా ప్రేమించే ఆ స్త్రీ కి మధ్య ఎందుకు అడ్డుగా నిలిచింది?అని పదేపదే తననుతాను ప్రశ్నించుకున్నాడు.

గంటతరువాత భయంకర యుద్ధానికి వెళ్ళేవాడిలా సిద్ధమయ్యాడు. ఆమె ఉంటున్న 'టెన్నెసి' పట్టణానికి వెళ్ళే రైలెక్కాడు.

రైలు దిగి ఇసుకదారిన నడుస్తూ ఆమె నివాసాన్ని చేరుకున్నాడు. ఎదురుగా కనిపించిన దృశ్యాన్ని అడుగు ముందుకు వేయలేక అక్కడే నుంచుండిపోయాడు.

అందమైన ముఖమంటపం ఉన్న పాతమేడ మెట్లపై వేసవి సాయంత్రం సమయాన్ని ఆస్వాదిస్తూ 'థియోడోరా డెమింగ్' కూర్చోనుంది. సంకోచం లేని చిరునవ్వుతో అతన్ని సాదరంగా ఆహ్వానించింది.

పైమెట్టుమీదఆమెకిందిమెట్టుపై కెప్టెన్ నుంచున్నప్పుడు వారి మధ్య వయోభేదం అంత ఎక్కువగా ఉన్నట్టనిపించలేదు. అతని నల్లటి పొడవైన ముఖంలో కళ్ళు కాంతివంతంగా ఉన్నాయి. ఆమె మంచి యవ్వనంలో ఉంది.

"నీవు వస్తావనుకోలేదు. నీకు నా జాబు అందలేదా?" థియోడోరా అడిగిమది.

"అందింది. అందుకే వచ్చాను థియో ! నీ మనస్సు మార్చుకోవా?" కెప్టెన్ అడిగాడు.

థియోడోరా మనోహరంగా నవ్వింది. అతను ఈ వయసులోనూ చాలా ఆకర్షణీయంగా ఉన్నాడు. అతని అందమైన ముఖంలో కనిపించె భావాలు, గడుసు మగతనం ఆమెను ఆకర్షించాయి.

"లేదు…లేదు…"" తల అడ్డంగా ఊపుతూ మనసును అదుపులోకి తెచ్చుకుంటూ అంది.

"అది సాధ్యం కాదు. నా వయస్సు, నీ వయస్సు వీటి గురించి మళ్ళీ మళ్ళీ చర్చించడం అనవసరం. ఉత్తరంలో రాశానుకదా"

కెప్టెన్ముఖం కళాహీనమైంది. చీకటి వెలుగుల విచిత్ర సమ్మేళనాన్ని చూస్తూ కాస్సేపు మౌనంగా ఉండిపోయాడు. ఎదురుగా ఉన్న చెట్ల వెనకాల సముద్రం వైపు నడిస్తే అక్కడ నౌకాదళపు పిల్లలు విడిది చేసిన మైదానం ఉంది.నిజంగానే కాలమూ, విధీ అతన్ని భయంకరంగా మోసం చేశాయి. కేవలం కొన్నేళ్ళల్లోనే అవి అతనికీ, సంతోషానికీమధ్య అడ్డంగా నిలిచాయి. థియోడోరా చేయి మెల్లగా కిమదకు జరిగిఅతని గుప్పిట్లో కన్ని క్షణాలు బందీ అయింది. ప్రేమానుభవాన్ని ఆ స్పర్శలో అనుభవించింది.

అతనికి తన పట్ల ఉన్న భావం ఆ స్పర్శలో ఆమెకు తెలిసింది.

"దయచేసి మరీమనసు పాడుచేసుకోవద్దు" మృదువుగా అందామె. క్షణం ఆగి అతన్నే చుస్తూ "నీవు నన్నుపెళ్ళిచేసుకోకపోవడం వల్ల భవిష్యత్తులో ఓ రోజు చాలా సంతోషపడతావు. మన వివాహం జరిగితే కొంతకాలం మనం సొగసుగా, సంతోషంగా ఉండగలమేమో. కానీ నిదానంగా ఆలోచించు. కేవలం కొన్నేళ్లలోపే మన ఇద్దరి అభిరుచుల్లో మార్పులొస్తాయి. మనలో ఒకరం చలిమంట ముందు కుర్చుని చదవడానికి ఇష్టపడితే , సాయంత్రాలప్పుడు నరాల జబ్బనో, వేళ్ళ నొప్పులనో అనుభవిస్తూ మూల్గుతూ ఉంటే, మరొకరు నృత్యనాటక సమారంభంలో , విందులు, వినోదాల్లో మునిగితేలుతుంటారు. వద్దు ప్రియమిత్రమా ! శిశిర వసంతాల్లా కాకపోయినా ఖచ్చితంగా శరద్వైశాఖాల కలయికలా అయిపోతాం" అంది.

"నీవు ఎలా ఖోరితే అలా ఉంటాను థియో ! పెళ్ళి నీకిష్టమైతే..."

"వద్దు! ఇప్పుడలానే అనిపిస్తుంది. అయితే ముందు ముందు నీవలా చేయలేవు. దయచేసి ఇక ఈ విషయాన్ని వదిలేద్దాం" అంది. కెప్టెన్ ప్రేమయుద్ధంలో ఓడిపోయాడు. అయితే ధీరయోధుడైన అతను చివరిసారిగా ఆమెనుంచి వీడ్కోలు తీసుకుమటున్నప్పుడు అతని పెదాలు కోపంగా బిగుసుకున్నాయి. భుజాలు నిక్కబొడుచుకున్నాయి.

ఆ రాత్రే రైలెక్కాడతను.

మరుసటి రోజు తన గదిలో జాగ్రత్తగా తెల్లటి టై ముడివేస్తూ ఓ డిన్నర్ పార్టీకి వెళ్ళటానికి తయారవుతున్నాడు. ఆ సమయంలో అతని మనసు విచారంలో మునిగివుంది.

'థియో చెప్పింది నిజమే ! ఆమెలో అద్భుతమైన ఆకర్షణ ఉండటాన్ని ఎవరూ కాదనలేరు. అయితే ఎంత లేదన్నా ఆమెకు ఇరవై ఎనిమిదేళ్ళు ఉంటాయి' అనుకున్నాడు మంతొమ్మిదేళ్ల కెప్టెన్ గదిలోంచి బయటికివెళుతూ...

*****

(విపుల, మాసపత్రిక మే 1997)

స్పానిష్ కథ : హ్వాన్ రుల్ఫో

వాళ్ళు మాకు భూమి ఇచ్చారు

చెట్టు నీడకాని, చెట్టునుంచి పుట్టిన మొక్క కాని, ఒక చిన్న వేరు కాని కనిపించకుండానే గంటలకొద్దీ నడిచిన తర్వాత మాకు కుక్క మొరగటం వినిపించింది.

హద్దులే లేని ఆ ఆరుబయలు దారిలో నడుస్తున్నప్పుడు ఈ ప్రదేశానికి ఆవల , ఎండిన చెరువులతో నెర్రలు ఇచ్చిన ఈ బయలు భూమి చివరన ఏమీ దొరకదని ఒక్కోసారి అనిపించటం కద్దు. కానీ ఏదో వుంది. అక్కడో పల్లె వుంది. మీరు కుక్క మొరగటాన్ని వినవచ్చు. గాలిలో తేలివచ్చే పొగను పీల్చవచ్చు. అదో భరోసాగా భావింపజేసే జనావాసాల పరిమళాన్ని ఆస్వాదించవచ్చు.

అయితే పల్లె ఇంకా చాలా దూరంలో ఉంది. పల్లె ఉనికిని మా దగ్గరికి చేర్చేది ఈ గాలి మాత్రమే.

ప్రొద్దుటినుంచీ అదే పనిగా నడుస్తూనే ఉన్నాం. ఇప్పుడు మధ్యాహ్నం నాలుగు గంటల సమయం. మాలో ఒకడు ఆకాశం వేపు నిక్కి చూచి, కదలకుండా మండుతున్న సూర్యునివేపు దృష్టి సారించి ఇలా అన్నాడు–

"ఇప్పుడు నాలుగు గంటలైంది".

అతనే మెలితోన్.

అతనివెంట నేను, ఫావుస్తినో, ఎస్తెబాన్ ఉన్నాం.

మేము నలుగురం. ముందు ఇద్దరు. వెనుక ఇద్దరు.

నేను వెనుదిరిగి చాలా దూరం వరకూ చూశాను. ఎవ్వరూ కనిపించలేదు.

'మేము నలుగురమే'–అని అనుకునాన్నను.

ఇంతకు ముందు అంటే దాదాపు పదకొండు గంటల సమయంలో ఇరవై మందికంటే ఎక్కువ జనం వున్నారు. వాళ్ళంతా ఒక్కో చోట కొంతమంది చొప్పున వేరై పోయారు. చివరికి మిగిలింది మా చిన్న గుంపు మాత్రమే.

"వర్షం వస్తుందో ఏమో"– అన్నాడు ఫావుస్తినో.

అందరం తలలు ఎత్తి మా మీదుగా సాగిపోతున్న ఓ పెద్ద నల్లటి మేఘాన్ని చూశాం. ఫావుస్తినో అన్నట్టు వర్షం రావచ్చేమోనని అనుకున్నాం.

అయితే మేమేమి ఆలోచిస్తున్నామో బయటికి చెప్పలేదు. చాలా సేపటి నుంచి మాకు మాట్లడాలనే ధ్యాసే లేదు.

కారణం ఉక్క!

మరోచోట ఎక్కడైనా మనసారా మాట్లాడవచ్చు. ఇక్కడమాత్రం సాధ్యపడదు. ఇక్కడ మట్లాడటం మొదలు పెడితే ఇక్కడంతా అలుముకున్న అతి వేడిమికి మాటలు వెచ్చనై, అవి నాలుకమీదే ఎండిపోయి, ఊపిరి ఆగినట్టవుతుంది.

ఇక్కడి పరిస్థితి ఇలా వుంది. అందుకే ఎవరికీ మాట్లడాలనే కోరిక లేదు.

ఒక పెద్ద వానచినుకు పడింది. వాన చినుకు పడ్డ విసురుకు నేలమీద ఒక గుంత ఏర్పడి అక్కడే అది ఎంగిలిలా గట్టి పడింది. పడ్డది ఒక్క వానచినుకే. ఇంకా పడుతుందేమోనని మేమంతా తలలెత్తి కళ్ళు విప్పార్చి చూశాం. కానీ చినుకు పడలే. వర్షం కురవలేదు.

మరలా ఆకాశంవేపు చూస్తే వర్షాన్ని నింపుకున్న ఆ మేఘం దూరంలో వేగంగా పరిగెత్తడం కనిపించింది. పల్లె నుంచి వీచే గాలి ఆ మబ్బును కొండల నీలినీడల వైపుకు తోసింది. ఇక్కడ పొరబాటున పడ్డ వర్షపు చుక్క నేలలో ఇంకిపోయి దాని దాహంలో మాయమయ్యింది.

ఇంత పెద్ద మైదనాన్ని సృష్టించిందెవరు? దేనికోసం?

మేము మళ్ళీ నడవసాగాం. వర్షం రాకను చూడటానికి కాస్సేపు నిల్చున్నాం. అంతే. వర్షం రాలేదు. ఇప్పుడు మళ్ళీ నడవసాగాం. మేము ఎంతదూరం నడచివచ్చామో అంతకంటే ఎక్కువ దూరంనుంచి నడచివచ్చినట్టుగా నాకు అనిపించింది. ఔను అలాగే అనిపించింది నాకు. ఒకవేళ వర్షమేమైనా వచ్చింటే, మరో విధంగా అనిపించేదేమో? అయినా చిన్నప్పటినుంచీ చూస్తున్నాను- మైదనంలో ఎప్పుడూ వర్షం పడలేదు. నిజానికి వర్షం అని పిలవబడే నీళ్ళు కురవలేదు.

లేదు. ఈ మైదానంనుంచి ఏమీ ప్రయోజనం లేదు. కుందేళ్ళుకానీ, పక్షులుకానీ ఇక్కడలేవు. ఏమీ లేదు. ఒకటి రెండు తుమ్మచెట్లు. అక్కడక్కడ అరచేయంత ముడుచుకుపోయిన ఆకులుగల పిచ్చి చెట్లు తప్ప. ఇంతకుమించి అక్కడ వేరేమీ లేదు.

ఇలాంటిచోట మేము నలుగురం. మునుపెపుడో భుజానికి ఒక తుపాకీ తగిలించుకుని, గుర్రమెక్కి వెళ్ళేవాళ్ళం. ఇప్పుడు మా దగ్గర తుపాకులూ లేవు.

వాళ్ళు మా తుపాకులు తీసుకుని మంచిపనే చేశారనిపించింది. ఈ ప్రాంతలలో ఆయుధాలతో తిరగటం అపాయకరం. ఇక్కడి జనం మా తుపాకులను చూచిన వెంటనే ఏ విధమైన హెచ్చరిక చెయ్యకుండానే చంపేస్తారు. గుర్రాలుంటే అది వేరే సంగతి. ఒకవేళ మేము గుర్రాల మీద వచ్చింటే ఈ సమయానికంతా వయ్యారంగా పారే నది

నీటిని రుచి చూచి, వెంట తెచ్చుకున్నది తిని, తిన్నది అరగటానికి పల్లె వీధుల్లో మా ఉబ్బిన పొట్టలను ప్రదర్శించేవాళ్ళం. మా దగ్గర ఉన్నటువంటి ఆ గుర్రాలన్నీ ఇప్పుడు కూడా మా దగ్గర ఉండి ఉంటే ఈపాటికి అనుకున్నట్టుగానే చేసేవాళ్ళం. కానీ వాళ్ళు తుపాకులతోపాటు గుర్రాలనూ స్వాధీనం చేసుకున్నారు.

నేను నలువైపులా ఆ మైదానాన్ని కలయచూశాను. అల్లంత దూరం వరకూ ప్రాకిన, దేనికీ పనికిరాని మైదానం. కళ్లు దేన్నీ చూడలేక వాలిపోవాలి. అంతే. కేవలం నాలుగు ఊసరవెల్లులు మాత్రం తమ కన్నాల్లోంచి తలలు బయటకు పెట్టి మాడ్చివేసే ఈ ఎండలు తలకు తగిలిన వెంటనే బండల పల్చటి నీడల్లోకి దాక్కుంటాయి. ఇక్కడ పనిచేయాల్సి వచ్చినపుడు ఇలాంటి ఎండలనుంచి తప్పించుకుని కాస్త సేదతీరటమైనా ఎలా? సేద్యం చేయటానికి మాకు ఇలాంటి బండరాళ్ళ భూములను ఇచ్చారు కదా!

"ఇక్కడినుంచి పల్లెవరకూ ఉన్న భూమి అంతా మీదే"-అన్నారు వాళ్ళు.

"ఏమిటి ఈ మైదానమా దొరా"- అని అడిగాం.

"ఔను ఈ మైదానమే . అల్లంత దూరం వరకూ విస్తరించిన అతి పెద్ద మైదానం".

మాకు కావలసింది ఈ మైదానం కాదు. నది దగ్గర ఉండే భూమి. నదికి ఆవల తుప్పలతో, పొదలతో, సరుగుడు చెట్లతో, పచ్చగడ్డి పెరిగిన మంచి పొలం మాకు కావాలి. బంజరు భూమిగా పిలవబడే ఈ గొడ్డు చర్మంలాంటి భూమి కాదు అని చెప్పాలనుకున్న మాట నాలుక చివరివరకూ వచ్చింది.

కాని ఇదంతా చెప్పటానికి వాళ్ళు అవకాశమే ఇవ్వలేదు. ఆ అధికారి మా దగ్గర చనువుగా మాట్లాడటానికి రాలేదు. ఆ భూమికి సంబంధించిన పత్రాలు మా చేతికి ఇచ్చి-"ఇంతపెద్ద పొలం దొరికిందని గుండెలు పగిలిపోయేను జాగ్రత్త !"-అన్నాడు.

"ఇదా, ఇది కేవలం బంజరు భూమి"

"వేల వేల ఎకరాలు"-అధికారి గత్తుగా అన్నాడు.

"అయితే ఏం సార్, నీళ్ళు లేవు. ఒక్క గుక్కెడు నీళ్ళు కూడా లేవు"

"వర్షాకాలం వస్తుంది కదా ! మీకు మాగాణీ భూమి ఇస్తామని ఎవరూ చెప్పలేదు. వర్షం వచ్చిన వెంటనే మంచి పంట పండుతుందిలే."

"కానీ దొరా, భూమి అంతా రాళ్లూ రప్పలూ. రాతిగనిలాంటి ఈ నేలలో నాగలికొర్రు దిగుతుందని అనిపించటం లేదు. విత్తాలంటే గునపం పట్టుకుని తవ్వాల్సిందే. అంతే. అలా చేసినా కూడా ఏదైనా పండుతుందనేది అబద్ధమే".

"అలాగని రాసివ్వండి. ఇక మీరు వెళ్ళొచ్చు. తిట్టాలనుకుంటే పెద్ద పెద్ద జమీందారులను తిట్టండి. మీకు పొలాలనిచ్చే ప్రభుత్వాన్ని కాదు".

"కాస్త ఆగండి సార్! ప్రభుత్వానికి వ్యతిరేకంగా మేమేమీ అనలేదు. మేము

చెప్పిందేమైనా అది ఈ మైదానాన్ని గురించి మాత్రమే. వ్యవసాయం చేయటానికి సాధ్యపడని పొలాన్ని తీసుకుని ఏం చేయాలిసార్. ఆ విషయాన్నే మేము మీకు విన్నవించుకుంటున్నాం. కాస్త ఆగండి. మళ్ళీ మొదటినుంచీ మాట్లాడుకుందాం"

అయితే వాళ్ళకు మా గోడు పట్టలేదు. ఇలా వాళ్లు మాకు ఈ భూమినిచ్చారు. భగభగమండుతున్న ఈ పెనం మీద ఏవైనా మొలకలెత్తుతాయేమోనని మేము విత్తుకోవాలట. లేదు. ఇక్కడికి ఏదీ రాదు. గద్దలు కూడా రావు. ఒక్కోసారి అవి ఏ మాత్రం చలనంలేని ఈ బండరాళ్ళ ప్రాంతాన్ని ఎంత త్వరగా దాటితే అంతమంచిదన్నట్టు తమకు సాధ్యమైనంత వేగంగా ఎగరటాన్ని చూడవచ్చు. ఇలాంటి బంజరు భూమి మీద నడిచేటపుడు మేము ముందు ముందుకు సాగటానికి బదులుగా వెనక్కు వెనక్కు మళ్ళుతున్నట్టుగా అనిపిస్తోంది.

"ఇదే వాళ్ళిచ్చిన భూమి"–అన్నాడు మెలితోన్.

"ఏమిటీ?"– అని అడిగాడు ఫావుస్తినో.

నేనేమీ చెప్పలేదు. మెలితోన్ బుద్ధి సక్రమంగా లేదు. ఆతను ఈవిధంగా మాట్లాడటానికి ఈ ఉక్కపోత కారణం కావచ్చు. అతని టోపీద్వారా క్రిందికి దిగి అతని తలను వెడెక్కిస్తున్న ఉక్కపోత లేకపోతే ఇలా ఎందుకు మాట్లాడతాడు?

"వాళ్ళు ఇచ్చింది ఏ భూమి మెలితోన్?"

మెలితోన్ ఇలా అన్నాడు– " దీనివల్ల ఏదైనా ప్రయోజనముందా? ఏమీ లేకున్నా ఈ బయల్లో మన గుర్రాల ఉంచవచ్చు".

"ఏ గుర్రాలు? ఏమిటా కథ?"–అని అడిగాడు ఎస్తెబాన్.

ఎస్తెబన్‌ను నేను ఇంత దగ్గరినుంచి చూడలేదు. ఇప్పుడతను మాట్లడటంవల్ల నాకు గమనించటానికి వీలు పడింది. అతను తొడుక్కున్న చొక్కా ఛాతీని మూసేదిగా మాత్రమే ఉంది. దాని అడుగున కోడిలాంటి ఒక తల కనిపిస్తోంది.

ఔను. ఎస్తెబాన్ తన చొక్కా అడుగున పెట్టుకున్నది ఒక ఎర్రటి కోడినే ! దాని నిద్ర నిండిన కళ్ళను , ఆవులిస్తున్నటుగా కనిపించే ముక్కును చక్కగా గమనించవచ్చు.

"ఎస్తెబాన్ ఎక్కడినుంచి కొట్టుకొచ్చావ్ ఈ కోడిని?"– అని నేను అడిగాను.

"నాదే ఈ కోడి"–అన్నాడతను.

"మొదట్లో అది నీ దగ్గర ఉన్నట్టు లేదు. ఎక్కడైన కొన్నావా ఏమిటి?"

"నేనేమీ కొనలేదు. మా ఇంట్లో వుండే కోడే ఇది".

"అంటే దాన్ని కోసి తినటానికి తెచ్చావుకదూ !"

"లేదు. సాకటానికే తెచ్చాను. దీనికి పొట్ట నింపటానికి ఇంట్లో ఎవరూ లేరు. అందుకే వెంట తీసుకొచ్చాను. నేను దూరప్రయాణం చేసినప్పుడల్లా దీన్ని కూడ వెంట

తీసుకువెళ్తాను".

"ఊపిరి ఆడక అది చచ్చిపోతుందేమో? ముందు దాన్ని బయటికి తీయ్".

అతను కోడిని చంకన పెట్టుకుని ఉఫ్‌మని దాని వైపు ఊదాడు.

అటు తరువాత– "బండరాళ్ళ బయలు వచ్చేసింది"–అన్నాడు.

ఎస్తెబాన్ ఇంకా ఏమి చెబుతున్నాడో నాకు వినిపించలేదు.

కనుమలోకి దిగటనికి మేమంతా వరుసగా నడుస్తున్నాం. అతను మా ముందు నడుస్తున్నాడు. కోడిని తలక్రిందులుగా పట్టుకుని దాని తల రాళ్లకు తగలకుండా ముందుకు వెనక్కు ఊపుతూ నడుస్తున్నాడు.

కనుమలోకి దిగుతున్నట్టే అక్కడి భూమి సారవంతంగా కనిపించింది. కనుమలోకి దిగే ఓ కంచరగాడిదల గుంపులా మేము నడుస్తుండగా మా అడుగుల వల్ల దుమ్ము పైకి లేస్తోంది. ఆ ధూళి మాకు ఇష్టం. రాళ్ళు రప్పలతో కూడిన ఆ బయలు భూమి గట్టినేలను తొక్కి తొక్కి పదకొండు గంటలు ప్రయాణించిన తర్వాత మా మీదకు ఎగిరి మట్టిలా రుచించే ధూళిలో స్నానించటం ఎంత హాయి.

నదికి ఆవల సరుగుడు చెట్లమీద గుంపులు గుంపులుగా కువకువమని సద్దు చేస్తూ ఏవో పక్షులు ఎగిరాయి. అలా వాటిని చూస్తుంటే మాకూ సంతోషం వేసింది.

హఠాత్తుగా మా పక్కనే కుక్కలు అరుపులు వినిపించాయి. ఎందుకంటే పల్లె మీదుగా వీస్తున్న గాలి పల్లె కోలాహలాన్నంతా ఇక్కడికి తెచ్చి కురిపిస్తోంది. మేము మొదటి ఇంటిని సమీపిస్తుండగానే ఎస్తేబాన్ మళ్ళీ తన కోడిని పట్టుకున్నాడు. కట్టిపడేసిన దాని కాళ్ళ కట్లను విప్పదీసి తిమ్మిరెక్కిన వాటికళ్ళను ప్రేమగా నిమిరాడు. అటుతర్వాత –" నా దారి ఇటూ " –అంటూ ఎత్తయిన చెట్ల నడుమ దారి చేసుకుంటూ కోడితో సహా కనుమరుగయ్యాడు.

మేము పల్లె వేపు నడవసాగాం.

వాళ్ళు మాకు ఇచ్చిన భూమి మా వెనుక, చాలా దూరంలో ఉంది !

*****

(సాహిత్య ప్రస్థానం మాసపత్రిక)

క్యూబా కథ : గయెర్మో క్యాబెరా

కోతి మనసు

మా ప్రక్క ప్లాట్లో వృద్ధ దంపతులున్నారు. ఎండ వేడిమి, వర్షపు నీరు లోపలికి రాకుండా అడ్డుకోవటానికి వారు తమ ఇంటి కారిడార్‌లో ఓ పచ్చ రంగు కాన్వాస్ తెరను వేలాడదీశారు. ఎప్పుడు చూసినా చుట్టగా చుట్టుకుని ఉన్నట్టు కనిపించే ఆ తెరను వారు కిందకు దింపనే లేదనాలి.

నేను ఆ దంపతుల్ని ఒకటి రెండుసార్లు బాల్కనీలో నుంచుని ఉండగా చూడటం జరిగింది. పొట్టిగా మొహమాటస్తులుగా కనిపించే ఆ వృద్ధ దంపతులు ఇంటిలోంచి బయటికి కాలు పెట్టడం ఏడాదిలో ఒకటి రెండుసార్లు మాత్రమే. అదీ విపరీతమైన చలికి ఆగలేక ఎండ కావాలని అనిపించినపుడు మాత్రమే. వాళ్ళిద్దరు పరస్పరం మాట్లాడుకోవటాన్ని నేను వినని మాట నిజమే. అయినా వాళ్ళు అమెరికన్లని నేను ఖచ్చితంగా చెప్పగలను.

ఓ రోజు నా భార్య నా దగ్గరికొచ్చి ఆ వృద్ధదంపతుల ఇంటి కారిడార్‌లో వేలాడదీసిన కాన్వాస్ పరదాలో పిచ్చుకలు 'గూడు' కట్టుకున్న విషయం చెప్పింది.

"ఆ పిచ్చుకను చూడండి. గూటికి కాపలాగా ఉంది...మరో పిచ్చుక గడ్డి పరకల్ని తీసుకురావటానికి వెళ్ళివుండాలి" అంది.

"నిజంగానా?" అన్నాను ఆటపట్టిస్తూ.

ఆ కాన్వాస్ తెర సరిగ్గా చుట్టివుండని కారణంగా అందులో ఏర్పడ్డ ఓ విశాలమైన మడత లోపలి భాగంలో బాగా వొళ్ళు చేసి, ముద్దుగా వున్న ఓ చిన్నారి పిచ్చుక కూర్చుని ఉంది. తన ప్రియుడు ముక్కు చివర ఎండిన గడ్డిపరకలు పట్టుకుని రావటం చూడాలనే కుతూహలం దానిది. ఆ దృశ్యం చూస్తూ ఉండగానే జరగబోయే అనర్థం ఏమిటో నాకు అర్థమైంది. వెంటనే అన్నాను.

"పిచ్చుక గూడు కట్టుకుంటున్న విషయం ముందుగా ఆ ఇంటివాళ్ళకు తెలియజేయాలి. లేకపోతే వాళ్ళు పొరబాటున ఆ తెరను కిందకు దించితే పిచ్చుక గుడ్లు నేలపై పడి పగిలిపోతాయి"

నా భార్య నన్నో అపురూపప్రాణిని చూసినట్టు చూసింది. బహుశా మొత్తం ప్రపంచంలో అత్యంత మృదువైన మనస్సు కలిగిన వ్యక్తిని నేనని ఆమెకు అనిపించి

ఉండాలి.

"ఈ పాటికే గుడ్లు పొదిగి పిల్లలుగా మారాయేమో?" స్త్రీ హృదయానికి అర్థం పట్టేలా ఆమె మాటలు ఉన్నాయి.

"అలాగైతే వాటి రెక్కలు బలం పుంజుకుని ఎగరటం నేర్చుకోవటానికి ముందే నేలపాలౌతాయి" అన్నాను.

నా మాటలకు ప్రతిస్పమదిస్తూ "మీరు వెంటనే వాళ్ళను కలుసుకుని ఈ విషయం తెలియజేయండి" అంటూ తొందరపెట్టింది.

"సమయం వచ్చినపుడు చెబుతాంలే" అంటూ చదువుతున్న పుస్తకంలో మళ్ళీ తలదూర్చాను.

బహుశా ఆమెకు నా మాటలు 'రాబోయే శతాబ్దం'లో అన్నట్టు వినిపించి ఉండాలి. మరుక్షణం ఆమె ముఖంలోని భావాలు సంపూర్ణంగా మారిపోయాయి. సన్నగా వొణుకుతున్న కంఠంతో, "లేవండి! ఇప్పుడే, ఈ క్షణాన్నే వెళ్ళి మీరు వాళ్ళను కలవాల్సిందే" అందామె.

"అబ్బా! ఇప్పుడు వీలుకాదు. ఈ పుస్తకం నేను పూర్తి చేయాలి"

"అంటే ...మీకు పుస్తకం చదవడమే ముఖ్యమన్నమాట. పాపం ! ఆ చిన్నారి పిచ్చుక పిల్లలు కిందపడి ప్రాణాలు పోగొట్టుకున్నా ఫరవాలేదు కదూ?"

"అది కాదు, ఇంకా అవి సరిగ్గా గూడే కట్టుకోలేదు..." నా మాటలు ఇంకా పూర్తి కాలేదు.

"బావుంది ! గుడ్లు కింద పడిపోయేసమయానికి పరుగెత్తుకెళ్ళి చెబుతారేమో?" అంటూ నా మీద కస్సుమంటూ ఒంటి కాలిమీద లేచింది.

చివరికి ఆమె పంతమే గెలిచింది.

"సరే ! కాస్త ఈ పేజినైనా పూర్తి చేయనీ" అన్నాను.

కాస్సేపటి తరువాత నేను వెళ్దామని లేచేసరికి ఆమె మనస్సు మార్చుకుంది.

"అవును, ఈ విషయాన్ని వాళ్ళకు రేపు చెప్పడమే బావుంటుందేమో అనిపిస్తోంది. ఇప్పటికే సమయం దాటింది. అయినా ఆ పరదా ఎప్పటిలానే ఉంది కదా?" అంది.

"అదే కదా, ఇప్పటిదాకా నేనూ మొత్తుకుంది. రేపు ఆఫీసు నుంచి వచ్చేటప్పుడు చెప్తాను"

"అలాగే కానీయండి. కానీ రేపు, రేపు అంటూ కాలయాపన చేయకండి"

*****

మరుసటి రోజే పని నుంచి తిరిగొచ్చాక వృద్ధదంపతుల దగ్గరికి వెళ్ళి'పిచ్చుక

గూడు' గురించి చెప్పడానికి నిర్ణయించుకున్నాను.

సాయంకాలం అయిదు గంటలయింది. మనస్సులో ఉత్సాహాన్ని కలగజేసే సంధ్యాసమయం. నేను ఉంటున్న ఫ్లాటు వృత్తాకారంలో కట్టిన కట్టడంలోని ఓ భాగం మాత్రమే. మధ్య ఖాళీ స్థలం. చూట్టూ దట్టంగా పెరిగిన తాడి చెట్లు. దిగంతాలలో మునుగుతున్న సూర్యుడి కాంతిలో అంతా ఎర్రటి ఎరుపు. మెల్లగా వీస్తున్న శుభ్రమైన గాలిలో చల్లగా వున్న వాతావరణం. అవి వేసవి ఆరంభపు రోజులు.

నేను రెండుసార్లు కాలింగ్ బెల్ నొక్కాక బంగారు రంగు జుత్తున్న ఓ అమ్మాయి తలుపులు తెరిచింది. ఆమె వయస్సు ఎంతో ఊహించలేకపోయాను. పసుపు, ఎరుపు చారల గౌను వేసుకుంది. నడుం ఉట్టూ పచ్చటి రిబ్బన్ బిగించి కట్టింది. కాళ్ళకు సాండల్స్ తొడుక్కుంది. ఉబ్బినట్టు కనిపిస్తున్న ఆమె విశాలమైన నుదురు మీద ముంగురుల రాశి పరుచుకుని ఉంది. ఆమె అందంగా లేదు. అయినా నిర్మలంగా, నిష్కళంకంగా ఉన్న ఆ అమెరికన్ అమ్మాయి ముఖంలో ఏదో వింత ఆకర్షణ. ఆమెను చూస్తే ఆ ఇంటి పనిమనిషిలా కనిపించలేదు.

"ఇంటివాళ్లు ఉన్నారా?" అడిగాను.

"క్షమించండి ! నాకు స్పానిష్ అర్థం కాదు" అందామె.

ఆమెకు స్పానిష్ రాకపోతే నాకు తెలిసిన సగం సగం ఇంగ్లీషు ముక్కలతో ఎలా మాట్లాడాలో అర్థం కాలేదు. పరస్పరం సంభాషించుకోవటం కష్టంగా అనిపించినా నోరు విప్పక తప్పలేదు.

"ఆ వృద్ధదంపతులు ఇంట్లో లేరా?"

"ఓ ! అమ్మమ్మ, తాతయ్యలా?" ఆమె ఇంగ్లీషులో అడిగింది. వెంటనే "లేరు. బయటికి వెళ్ళారు. మళ్ళీ రాత్రి భోజనాల సమయానికి వాళ్ళొచ్చేది" అంది.

ఆమె గబగబా మాట్లాడటం వల్ల, మాటల్లో చివరి అక్షరాలు మింగేయడం వల్ల ఆమె చెప్పిందాంట్లో నాకు సగమే అర్థమైంది. అయినా అంతా అర్థమైందన్నట్టు ముఖం పెట్టి "ఏమీ లేదు, ఆ పిచ్చుకల గురించి మాట్లాడుదామని వచ్చాను" అన్నాను.

ఆమె ముసిముసిగా నవ్వింది. ఆ నవ్వులో వ్యంగ్యం తొంగి చూసినట్టు నాకనిపించింది.

"ఏమిటీ ! అమ్మమ్మ, తాతయ్యలు పిచ్చుకలు పెంచుతున్నారా? ఆ విషయం నాకు తెలియదే !" అందామె.

అలా ఆమె అంటున్నప్పుడు ఆమె కళ్ళు కొంటెగా మెరిశాయి.

ఆ మెరుపు నా దృష్టిని దాటిపోలేదు. ఆమె అలా నన్ను ఆటపట్టిస్తుందని నేను ఊహించలేకపోయాను.

కొంటెగా నా వేపే చూస్తున్న ఆ అమ్మాయిలో ఓ విధమైన సంభ్రమం తొంగి చూసింది. నాలో తడబాటు మొదలైంది. ఈ ఇబ్బంది నుండి బయటపడాలంటే ఆ గూడు గురించి, కాన్వాస్ పరదా గురించి, వివరంగా చెప్పాలని నిర్ణయించుకున్నాను. అంతా వివరంగా చెప్పి పొరబాటున కూడా ఆ పిచ్చుక గూడును పాడుచేయటం కానీ, నేలకు పడతోయటంకానీ చేయవద్దవి విన్నవించుకున్నాను. అయితే ఎందుకనోగాని ఆ ఇంటి పక్క ఫ్లాటులోనే నేను నా భార్యతో కలసి కాపురం చేస్తున్న విషయం ఆ అమ్మాయి ముందు చెప్పలేకపోయాను.

"లోపలికి రండి. తాతయ్య, అమ్మమ్మలు రాగానే చెబుతాను. ఇంతకీ ఆ పిచ్చుకగూడు ఎక్కడుందో చూపిస్తే బాగుంటుందేమో!" అంటూ లోపలికి సాదరంగా ఆహ్వానించింది.

ఆమె వెనకే ఆ ఇంట్లో అడుగు పెట్టాను. నేను ఊహించుకున్నంత ఆడంబరంగా ఆ ఇంట్లో ఏమీ కనిపించలేదు. కానీ ఓ ఇంటికి కావాల్సిన హంగులన్నీ అక్కడ కనిపించాయి. ఆ ఇమటి హాలు, మా ఇంటిహాలు కంటే విశాలంగా ఉంది.

మేం కారిడార్‌లోకి అడుగుపెట్టే సమయానికి సూర్యుడు ఇరుగుపొరుగున వున్న ఫ్లాటుల ముందరి భాగాన్ని ఎర్రబరిచాడు. నా ఇమటి బాల్కనీ తలుపును ఓ కర్టెన్ మరుగుపరిచి వుండటం చూసి ఎందుకనో హాయిగా ఊపిరి పీల్చుకున్నాను.

కాన్వాస్ పరదాలోని పిచ్చుకలు సూర్యాస్తమయానికి ముందుగానే గూటి నిర్మాణం ముగించాలనే తొందరలో ఉన్నట్టు నాకనిపించాయి. మగపిచ్చుక ఓ పొడవైన గడ్డిపరకను ముక్కున కరచి పట్టుకుని గాలిలో తేలుతూ వచ్చింది. పరదా చివరన కూర్చుని పటపటమని రెక్కలు కొడుతూ గడ్డిపరకను గూటిలోపలికి తోయటానికి శతవిధాల ప్రయత్నించసాగింది. అయితే గడ్డి పరక వొంగింది కానీ లోపలికి వెళ్లలేదు. గూటిలో కూర్చున్న ఆడపిచ్చుక బయటికి తొంగి చూస్తూ గాలిలో ఎగరడానికి ప్రయత్నించింది. అలసిన మగపిచ్చుక గడ్డిపరకను నేలకు జారవిడిచింది. ఆ తరువాత గూటి లోపలికి వెళ్ళి మళ్ళీ బయటికి వచ్చి తుర్రుమంటూ దూరంలో కనిపిస్తున్న కట్టడాల నడుమ మాయమైంది.

"అబ్బా ! చూడటానికి ఎంత అందంగా ఉంది." ఆమె కంఠం ఉద్వేగంతో పలికింది.

బాల్లనీలో ప్రస్తుతం కొంచెం చలిగా అనిపించింది. అయితే మధ్యాహ్నపు ఎండ తీవ్రంగా ఉంది. కానీ పార్కు వేపు నుంచి వీస్తున్న గాలి కారిడార్‌ను చల్లబరిచింది. ఇప్పుడు సూర్యుడు ఎదురుగా ఉన్న ఫ్లాట్ల వెలుపలి భాగాలను కాంతివంతం చేస్తున్నాడు. మేం లోపలికి వెళ్ళాం.

"నుంచునే ఉన్నారే, కూర్చోకూడదు?" హఠాత్తుగా అందామె.

ఆమె ఆహ్వానాన్ని అవసరానికన్నా తొందరగా స్వీకరించి కిటికీ పక్కనవున్న చిన్న స్టూలు మీద కూర్చున్నాను. హాలు వేపు అడుగులు వేయబోతున్నదల్లా నేను అక్కడే కూర్చోవటంతో అడుగు వెనక్కువేసి పరుపు చివర కూర్చుంది. అప్పటికిగాని నేను చేసిన పొరబాటు అర్థం కాలేదు. అయితే దాన్ని సరిచేసుకునేందుకు ధైర్యం చాల్లేదు.

"మీ పేరు?" అడిగాను.

"జిల్ ! మరి మీ పేరు..."

"సిల్వేస్త్రే"

"చాలా చక్కటి పేరు. నాకు చాలా ఇష్టమైంది. అయితే మీ పేరును నేను ఉచ్ఛరించగలనని అనిపించటం లేదు. మీరు పలికే విధానం ఎంతో బాగుంది"

"మీరు కూడా అలా పిలవచ్చు"

"ఊహూ ! అది సాధ్యం కాదు"

"ప్రయత్నించండి. "బెటర్' అనే పదంలోలా 'ఇ' అనే అక్షరాన్ని ఒకే విధంగా పలకాలి"

"నావల్ల కావటం సులభమనుకోను"

"ఒక్కసారి ప్రయత్నించండి"

ఆమె నా పేరు ఉచ్ఛరించటానికి చేతకానట్టు ఎలాగెలాగో పలికింది. అది నాకు ఇంగ్లీషు పదం 'సిల్వర్ ట్రే'లా వినిపించింది.

"ఆహా ! సిల్వర్‌ట్రే కాదు. నేను ట్రేను కాను. సిల్వర్‌నూ కాదు" అన్నాను.

నా మాటలకు ఆమె ఫక్కుమని నవ్వింది. నేనూ ఆమె నవ్వుతో జతకలిపాను. నేను ముందే చెప్పాను కదా ! నాకు మీ పేరు పలకటానికి సరిగ్గా రాదు. అయితే మీరు చాలా చక్కగా పలుకుతారు. ఏదీ ఓ సారి చెప్పండి"

"సిల్వస్త్రే"

"మళ్ళీ"

"సిల్వస్త్రే"

"ఇంకొకసారి చెప్పండి"

"సిల్వస్త్రే..."

"మళ్ళీ..."

ఆమె నవ్వుతూ అలాగే వెనక్కు వొరిగింది.

గులాబీ రేకుల్లా ఉన్న ఆమె పెదాల చాటు నుమచి వంకరటింకరగా వున్న పళ్ళు, వాటిని క్రమంలో ఉంచటానికి బిగించిన క్లిప్పు నా కంటబడ్డాయి. ఆమె నవ్వు నాకు నచ్చలేదు. దాన్ని సరిచేసుకోవటానికి మరో క్లిప్పు అవసరం అనిపించింది. నవ్వటం

ఆపి పై సీలింగ్‌ను చూస్తూ అలాగే పడుకుంది.

ఆమె వేసుకున్న గౌను పొట్టిగా మోకాళ్లపైకి ఉంది.

నాకు గుండె గొంతుకలోకి వచ్చినట్టయ్యింది.

కాస్సేపటివరకూ ఇద్దరం మౌనంగా ఉండిపోయాం.

"జిల్ ! నీ పేరు ఎంతో అందంగా ఉంది" మౌనాన్ని ఛేదిస్తూ అన్నాను.

అయితే నా కంఠం నాకే వినిపించనంత సన్నగా పలికింది.

కొద్ది క్షణాల తరువాత ఆమె అంది -

"బావుండటానికి నాలో ఏముంది? నా పేరు చప్పగా ఉంటుంది. నా పేరుకు, నా రూపానికి సంబంధమే ఉండదు. అసలు నా పేరు నాకే నచ్చలేదు"

మళ్ళీ మా ఇద్దరి మధ్య మౌనం చోటు చేసుకుంది.

ఆ మౌనంలోనే మరి కొంత సేపు గడిచింది.

మాట్లాడితే ఇబ్బంది ఎదురవుతుందని ఇద్దరికీ తెలుసు.

ఆమె సర్దుకుని కూర్చుంది. ఆమె ముఖం గంభీరంగా మారింది.

అయితే ఆ గంభిరం చాటిన తోసుకొస్తున్న నీటి ప్రవాహాన్ని పట్టి నిలబెట్టే ఆనకట్ట మాదిరిగా తన లోలోపల చెలరేగుతున్న 'నిప్పు'లాంటి భావాన్ని బిగపట్టి ఉంచింది. ఇక నోరు విప్పి నన్ను చెడామడా తిడుతుందేమోనని అనిపించింది. నాకది అర్థం అవుతుందో లేదోననిపించింది. మగవాళ్ళు ఉపయోగించే ఇంగ్లీషు తిట్లన్ని నాకు తెలుసు. అయితే ఈ ఆడవాళ్ళు వాడే పదాల పరిజ్ఞానం నాకంతంత మాత్రమే.

ఆమె నా వేపు తీక్షణంగా చూసింది. ఆ చూపులో కోపం కనిపించలేదు. కానీ ఆమె పెదవి విరుపులో కోపంలాంటి భావం కనీకనిపించనట్టు కనిపించింది. ఆమె కళ్లల్లో కోపం అగుపించలేదు. కానీ ఆమె సోగ కళ్ళల్లో ఎరుపు మెరిసింది.

ఆమె మెల్లగా పైకి లేచింది.

తన నడుంకు బెల్టులా బిగించిన రిబ్బన్ ముడి విప్పింది.

ఆమె వేసుకున్న డ్రెస్ వొదులైనట్టు అనిపించింది.

ఆమె ధరించిన గౌను బెల్టు సహాయంతో ఆకారాన్ని మార్చగలిగిన పై అంగీ అని నాకప్పుడు అర్థమయింది. పొడుగు మాక్సీగా మారిన గౌన్లో, ఆ క్షణంలో ఆమె అమ్మాయిలా కనిపించలేదు. పరిపూర్ణ స్త్రీలా అనిపించింది. రంగురంగుల మొజాయిక్ నేలపై అడుగులు జాగ్రత్తగా వేస్తూ నా దగ్గరికి వచ్చింది. మొట్టమొదటిసారిగా ఆమె వయసును లెక్కలు కట్టడం మానేశాను.

"మీ జుత్తు వొత్తుగా చక్కగా ఉంది. ఈ నల్లటి జుత్తు ... నల్లటి వస్తువులంటే నాకెంతో ప్రాణం" అంది.

నా జుత్తులోకి చేయి పోనిచ్చి వేళ్ళు కదిలించింది.

చప్పున నన్ను బాహువుల్లో బంధించింది.

గాఢంగా చుంబించింది.

ఆమె పళ్ళకు బిగించిన క్లిప్పు ముందుగా నా పెదవులకు, తర్వాత పళ్ళకు, అటు తరువాత నాలుకకు తగిలింది.

ఓ చేత్తో ఆమె నడుము చుట్టి మరో చేత్తో ఆమె ఎత్తయిన గుండెలు సవరించబోయాను.

అందుకు అవకాశం ఇవ్వకుండా నా చేతిని దూరంగా తోసేస్తూ, "వద్దు...వద్దు... వదలండి" అంది

ఆమె అలా అంటున్నప్పుడు ఆమ పెదవులు నా పెదవుల మీద మృదువుగా కదిలాయి. ఆమె కంఠంలో కోపం ధ్వనించలేదు. అయితే అందులో ఏదో స్థిరత్వం గోచరించింది.

చివరికి నా పెదాల నుంచి తన పెదాల్ని విడదీసుకుంది.

తడితో మెరుస్తున్న ఆమె గులాబీరంగు పెదాల్ని చూడగానే ఆ పెదాలకు లిప్‌స్టిక్ పూసిందో లేదో చూద్దామన్నట్టు చిగురుటాకులవంటి ఆ పెదాలపై చూపుడు వేలితో రాయబోయాను.

మరుక్షణం నా చెంప ఛెళ్లుమంది.

జరిగిమది నాకర్థమయ్యేలోగా మూడుసార్లు నా బుగ్గ^లు ఆమె చేతి దెబ్బలకు బలయ్యాయి.

ఆ దెబ్బలకు చెంపలు మంటలు పుట్టి కళ్లల్లోంచి నీటి చుక్కలు రాలాయి.

"మీ ఉద్దేశ్యం ...అదేనా ..." అని రోషంగా అంటూ ఏడుస్తూ ఆ గదిలోంచి వెళ్ళిపోయింది.

ఆమె ఆ గదినుంచి నిష్క్రమించేటప్పుడు చివరగా నేను చూడగలిగింది ఆమె కాళ్ళను మాత్రమే. అక్కడ్నుంచి లేవాలో, కూర్చునే ఉండాలో, లేదా ఆ ఇంటినుంచి వెళ్లిపోవాలో తోచనట్టు స్టూలు మీదే కూర్చుని సతమతమవ్వసాగాను.

కొద్దిసేపటి తరువాత చిన్నగా ఏడుస్తున్న సవ్వడి వినిపించింది. అది ఎక్కడ్నుంచి వస్తుందా అని చెవి నిగిడ్చి విన్నాను. హాల్లో ఎవరో ఏడుస్తున్నట్టు అర్థమయింది. చప్పున లేచి హాల్లోకి వచ్చాను.

జిల్ చేతుల్లో ముఖం దాచుకుని కూర్చోనుంది.

ఆమె రోదిస్తూ ఉందనటానికి గుర్తుగా ఆమె గుండ్రటి భుజాలు ఎగిరెగిరి పడుతున్నాయి.

ఆ స్థితిలో ఆమెను చూడగానే 'అయ్యో' అనిపించింది.

అంతకు మునుపు ఆమె నా చెంపలు వాయగొట్టిన విషయాన్ని విచిత్రంగా మరచిపోయాను.

బహుశా ఆమె మళ్ళీ న్ను ముద్దు పెట్టుకుంటుందన్న 'ఆశ'తో మరచిపోయానేమో?

కంపిస్తున్న ఆమె భుజాను సున్నితంగా పట్టుకున్నాను.

"నా దారిన నన్ను వొదిలేయండి" విసురుగా అందామె.

ఎందుకోగానీ ఆమెనా స్థితిలో చూడగానే సినీతార గ్రేటా గార్బో గుర్తుకొచ్చింది.

"ప్లీజ్ ! ఏడవకు"

మరుక్షణం ఏడ్పు, నవ్వు కలగలసిన స్వరం వినిపించింది.

"నేను ఏడుస్తున్నాని ఎవరన్నారు?" అంటూ ఆమె తలెత్తి చిరునవ్వు నవ్వింది. మళ్ళీ అంది, "నేను ఏడుస్తున్నాననుకున్నారా? బాగుంది తమాషా! ఈ రోజు ఇలాంటి తమాషా విషయాలెన్నో వినటం జరిగింది. అందులో నేను ఏడుస్తున్నానూ అన్నది మరీ విచిత్రమైంది"

అటు తరువాత చప్పున లేచి నాకెదురుగా నుంచుంది. తాను ఏడ్వటం లేదని స్పష్టం చేయటం ఆమె ఉద్దేశ్యం అన్నట్టుగా చూసింది. నా ఊహ నిజమేనన్నట్టు-

"నేను ఏడుస్తున్నానా? అదీ మీ కారణంగా" అంటూ నవ్వింది.

తలుపు దగ్గరికి నడిచి గొళ్ళెం మీద చెయ్యి వేసింది. కానీ గొళ్లెం తీయకుండా తలుపుకు తలానించి నుంచుంది. ఇప్పుడామె నిజంగానే రోదించసాగింది. చప్పుడు కాకుండా పైకి శబ్దం వినిపించకుండా ఏడ్వసాగింది. అయినా ఆమె ఏడ్పును ఇరుగుపొరుగు వింటారేమోనని భయం వేసింది.

ఆమెను సమీపించి తల మీద చేయివేసి మృదువుగా నిమిరాను.

ఆమె జుత్తు బిరుసుగా వున్న మనసులో మధురోహలు రేకెత్తించే సువాసనలు వెదజల్లింది.

ఆమె ఏడ్పు ఆగింది.

అయినా ఆమె కళ్ళెత్తి నా వేపు చూళ్ళేదు.

కొద్ది క్షణాల తరువాత గొళ్లెమ తిసి తలుపులు తెరవబోయింది. ఆమె ప్రయత్నాన్ని నివారించబోయాను. ఆమె అందుకు అవకాశం ఇవ్వకుండా నెమ్మదిగా ఓ విధమైన స్థిరనిర్ణయంతో తలుపుల్ని పూర్తిగా తెరిచింది.

"మళ్లీ మన కలయిక ఎప్పుడు?" చివరిసారిగా అన్నట్టు నా వేపు చూస్తూ అడిగింది.

"ఏమో? ఉదయం నేను తొందరగా లేచి వెళ్ళాలి" అన్నాను.

ఆ మాట అన్నాక చప్పున ఆమె ముఖం కేసి చూశాను.

ఇక ఏడ్వటమే తరువాయి అన్నట్టు ఆమె ముఖంలో విచార మేఘాలు కమ్ముకున్నాయి.

"గుడ్ బై"

"గుడ్ బై సిల్వర్ ట్రే"

*****

రెండు రోజులు భారంగా గడిచాయి. ఆ రోజు బాల్కనీలో కూర్చుని ఓ పుస్తకం చదువుకుంటున్నాను. రెండు రోజులుగా మనసును మెలిపెడుతున్న సంఘటనల్ని మరవటానికి విఫల ప్రయత్నం చేస్తూనే ఉన్నాను. అది జ్ఞాపకం చేసుకోవటం కన్నా కష్టమనిపించింది. కల్పనలో మునగటం మంచిదనిపించింది. కల్పనలో...

ఆ రోజు ఆమె తలుపులు వెసుకున్నాక కొద్దిసేపటి వరకు నేనలాగే ఉండిపోయాను. తలుపుకు బిగించిన 'నేమ్ బోర్డు' మీద 'మిస్టర్ అండ్ మిసెస్స్యాలింజర్' అని వుంది. కాలింగ్ బెల్ నొక్కటానికి అడుగు ముందుకు వేశాను. ఆమెను మళ్ళీ చూడాలన్న అభిప్రాయం కాదు. నన్ను నేను సమాధానపరుచుకునేందుకు ! అయితే అది సాధ్యపడలేదు. ఎందుకంటే లోపల ఎవరూ లేరు. ఆమె ముఖం కానీ, ఆమె కంఠధ్వని కానీ నాకు గుర్తు లేదు. నిజానికి 'జిల్' అన్న స్త్రీ లేనే లేదు. నా పేరు సిల్వెస్టే కాదు. అంతా ...అంతా ... ఒట్టి కల్పన'

"సొల్వెస్టే?" నా భార్య కంఠం ఖంగుమని మోగింది.

ఉలిక్కిపడి ఆమె వేపు చూశాను.

"ఛీ ఛీ ఏం మనుషులో?" అంది.

"ఏమైంది?

"అయ్యో ! ఆ దరిద్రపు మనుష్యుల్ని చూశారా?"

"ఎవరు?"

"ఇంకెవరు? ప్రక్కఫ్లాట్లో వుంటున్న వాళ్ళు..."

పుస్తకంలోంచి తలపైకెత్తి పక్కింటి కారిడార్ వేపు దృష్టి సారించాను.

ఆ వృద్ధ స్త్రీ కాన్వాస్ పరదాను కిందికి దించుతోంది.

పిచ్చుకలు పటపటమని రెక్కలు కొట్టుకుంటూ ఆమె చుట్టూ గిర్రున తిరగసాగాయి.

"అయ్యయ్యో ! వాళ్ళు పరదాను దించుతున్నట్టున్నారు"

"నాకూ కనిపిస్తోంది"

చిట్టిచిట్టి గుడ్లు కిందపడ్డాయి.

ఓ గుడ్డు పగిలి కారిడార్ గోడ చివరన పచ్చటి మరక ఏర్పడింది.

గువ్వపిట్టలకు మాదిరిగా ఆ వృద్ధ మహిళ ఆశ్చర్యపోయింది. కంగారు పడింది. "అర్నెస్ట్ ! అర్నెస్ట్ !" అని పిలుస్తూ వొణుకుతూ లోపలికి వెళ్ళింది.

పిచ్చుక పిల్లలు కువకువమని సద్దు చేస్తూ పగిలిన గుడ్డు చుట్టూ గాలిలో ఎగరసాగాయి.

ఆడపిచ్చుక పగిలిన గుడ్డు పక్కన వాలి పచ్చటి ద్రవాన్ని వాసన చూసింది. ఆ తరువాత తడిసిన గడ్డి పరకను ముక్కున కరుచుకుని అంతకు మునుపు గూడున్న చోటికి ఎగిరింది. గూటికోసం వెదికి, అది కనిపించక, మాసిన పచ్చని కాన్వాస్ పరదా మీద మళ్ళీ రెక్కల్ని బాదింది. దిక్కుతోచనట్టు గడ్డిపరకను నేలకు జార్చింది.

నా భార్య ముఖం కోపంతో ఎర్రబారింది.

బాల్కనీ చివరివరకు వెళ్ళి ఆ ఇంటి కారిడార్ వేపు గుర్రుగా చూసింది. ఆ తరువాత నా దగ్గరికి వచ్చి కళ్ల నిప్పులు రాల్చుతూ రోషంగా అడిగింది

"అయితే ఆ పరదాలో పిచ్చుకలు 'గూడు' కట్టుకున్న విషయాన్ని ఆ ఇంటివాళ్ళకు చెప్పలేదు కదూ"

ఆమె ప్రశ్నకు గాయపడిన పక్షిలా కళ్ళెత్తి ఆమె వేపు చూడలేకపోయాను.

నోరుపడిపోయిన వాడిలా మౌనంగా ఉండిపోయాను.

అయినా అంతకు మించి ఆమెకు ఏమని జవాబివ్వగలను?

*****

(విపుల, మాసపత్రిక)